ANG KUMPLETO NA AKLAT NI CHAI

Paggawa, Pagtikim, at Pagyakap sa Chai Lifestyle sa pamamagitan ng 100 Mabilis at Masarap na Recipe

Juan Manuel Gallego

Copyright Material ©2024

Lahat ng Karapatan ay Nakalaan

Walang bahagi ng aklat na ito ang maaaring gamitin o ipadala sa anumang anyo o sa anumang paraan nang walang wastong nakasulat na pahintulot ng publisher at may-ari ng copyright, maliban sa mga maikling sipi na ginamit sa isang pagsusuri. Ang aklat na ito ay hindi dapat ituring na kapalit ng medikal, legal, o iba pang propesyonal na payo.

TALAAN NG MGA NILALAMAN

TALAAN NG NILALAMAN 3
PANIMULA 6
CLASSIC CHAI 7
   1. Tradisyunal na Masala Chai 8
   2. Ginger Honey Chai 10
   3. Cardamom Rose Chai 12
   4. Chai Kurdi 14
   5. Minty Green Tea Chai 16
   6. Coconut Cardamom Chai 18
   7. Russian Chai 20
   8. Saffron Almond Chai 22
   9. Pumpkin Spice Chai Latte 24
   10. Lavender Earl Grey Chai 26
   11. Saigon Chai 28
   12. Chocolate Chili Chai 30
   13. Apple Cinnamon Chai 32
   14. Blueberry Vanilla Chai 34
   15. Cayenne Chai 36
   16. Malaysian Chai 38
   17. Cinnamon Butterscotch Chai 40
   18. Orange-Nutmeg Chai 42
   19. Masala Chai 44
   20. Vanilla Caramel Chai Latte 46
   21. Cinnamon pear iced Chai 48
   22. Clove at Nutmeg Orange Chai 50
   23. Anise Seed Spiced Chai 52
   24. Rosemary Wine Chai 54
   25. Brazil Nut Chai Tea Latte 56
   26. Pistachio Iced Chai 59
   27. Chai Boba Tea 61
   28. Minted orange Chai 63
   29. Rosy Black Chai 65
   30. Hibiscus Rose Chai 67
   31. Arabic Pistachio Tea Mocktail 69
   32. Nutty Chai Bliss 71
   33. Hyderabadi Dum Chai 73
ALMUHAN 75
   34. Sinigang na Chai Latte 76
   35. Chai Spiced Hot Chocolate 78
   36. Pumpkin Chai Pancake 80
   37. Spiced Oatmeal Infused with Chai 82

38. CHAI-SPICED FRENCH TOAST 84
39. CHAI LATTE MUFFINS NA MAY CHAI-SPICED STREUSEL 87
40. CHAI-SPICED SUPER CHUNKY GRANOLA 90
41. CHAI WAFFLES NA MAY BANANA CREAM SYRUP 93
42. CHAI BISCOTTI NA MAY WHITE CHOCOLATE DRIZZLE 96
43. CHAI-SPICED CRUFFINS 100
44. CHAI SPICED CINNAMON ROLLS 105
45. CHAI SPICED BREAD 108
46. CHAI SPICED APPLE CIDER DONUTS 111

MERYENDA 114

47. CHAI SPICED COOKIES 115
48. CHAI SPICED CHURROS 117
49. CHAI SPICE CRACKERS 120
50. CHAI SPICED MADELEINES 123
51. CHAI SPICED ROASTED NUTS 126
52. MAPLE CHAI CHEX MIX 128
53. CHAI SPICED RICE KRISPIE TREATS 131
54. CHAI SPICE ENERGY BALLS 133
55. CHAI-SPICED SNICKERDOODLES 135
56. SPICED STOVETOP POPCORN 138
57. MASALA PAPAD 140
58. ROASTED MASALA NUTS 142
59. CHAI-SPICED ROASTED ALMONDS AT CASHEWS 144
60. CHAI SPICED ROASTED NUTS 146
61. CHICKPEA POPPERS 148
62. NORTH INDIAN HUMMUS 150

DESSERT 152

63. CHAI TEA POT DE CRÈME 153
64. CHAI TEA INFUSED BROWNIES 156
65. CHAI SPICED FLAN 158
66. CHAI NUT ICE CREAM SANDWICH 160
67. INDIAN MASALA CHAI AFFOGATO 163
68. CHAI-COCONUT MILK BOBA POPSICLES 165
69. CHAI LATTE CUPCAKE 167
70. MASALA CHAI PANNA COTTA 171
71. CHAI-SPICED RICE PUDDING 174
72. CHAI CHEESECAKE 177
73. MASALA CHAI TIRAMISU 181
74. CHAI SPICE APPLE CRISP 184
75. CHAI-SPICED CHOCOLATE TRUFFLES 187
76. CHAI ICE CREAM 189

MGA COCKTAIL AT MOCKTAIL 192

77. CHAI GINGER BOURBON COCKTAIL 193

78. Chai Martini 195
79. Chai White Russian 197
80. Vanilla Chai Old Fashioned 199
81. Chai Hot Toddy Recipe 201
82. Cranberry Chai Sangria 203
83. Chai Sparkler 205
84. Chai Raspberry Lemonade 207
85. Chai Cooler 209
86. Persian Saffron At Rose Tea 211
87. Spicy Baklava Tea Mocktail 213
88. Pink Peppercorn Tea 215
89. Lime And Tea Mocktail 217
90. Spiced Chai Tango 219
91. Orange at Pomegranate Molasses Tea 221
92. Chamomile Citrus Bliss 223
93. Hibiscus-Ginger On The Rocks 225
94. Hibiscus-grape iced tea Mocktail 227
95. Orange Blossom Iced Tea 229
96. Jasmin Jallab 231
97. Egyptian Bedouin Tea Refresher 233
98. Vimto-inspired Tea Mocktail 235
99. Arabic Style Saffron Mint Tea 237
100. Tibetan Butter Tea With Fennel 239

KONKLUSYON 241

PANIMULA

Maligayang pagdating sa "ANG KUMPLETO NA AKLAT NI CHAI," ang iyong sukdulang gabay sa paggawa, pagtikim, at pagtanggap sa pamumuhay ng chai sa pamamagitan ng 100 mabilis at masasarap na recipe. Ang aklat na ito ay isang pagdiriwang ng mayaman at mabangong mundo ng chai, na gumagabay sa iyo sa isang masarap na paglalakbay na nagtutuklas sa sining ng paggawa, pagtangkilik, at pagsasama ng chai sa iba't ibang culinary delight. Samahan kami sa mabangong pakikipagsapalaran na ito na nagpapataas ng chai mula sa isang minamahal na inumin tungo sa isang pamumuhay.

Isipin ang isang maaliwalas na espasyo na puno ng mainit at kaakit-akit na aroma ng bagong timplang chai, na sinamahan ng mga masasarap na pagkain na nilagyan ng chai spices. Ang "ANG KUMPLETO NA AKLAT NI CHAI" ay hindi lamang isang koleksyon ng mga recipe; isa itong paggalugad ng magkakaibang lasa, pampalasa, at kahalagahang pangkultura na hatid ng chai sa hapag. Mahilig ka man sa chai o bago sa mundo ng spiced tea, ang mga recipe na ito ay ginawa upang magbigay ng inspirasyon sa iyong tikman ang esensya ng chai sa bawat higop at kagat.

Mula sa klasikong masala chai hanggang sa mga mapag-imbentong dessert na may chai-infused at masasarap na pagkain, ang bawat recipe ay isang pagdiriwang ng versatility at init na ibinibigay ni chai. Nagho-host ka man ng isang pagtitipon na may temang chai o naghahanap lang na pagandahin ang iyong pang-araw-araw na gawain, ang aklat na ito ang iyong dapat na mapagkukunan para maranasan ang buong spectrum ng mga lasa ng chai.

Samahan kami sa pagsisid namin sa mundo ng chai, kung saan ang bawat paglikha ay isang patunay sa nakakaaliw at mabangong paglalakbay na pinahahalagahan ng mga mahilig sa chai. Kaya, kunin ang iyong paboritong mug, yakapin ang pampalasa, at magsimula tayo sa isang masarap at puno ng chai na pakikipagsapalaran sa pamamagitan ng "ANG KUMPLETO NA AKLAT NI CHAI."

CLASSIC CHAI

1. Tradisyonal na Masala Chai

MGA INGREDIENTS:
- 2 tasang tubig
- 2 tasang gatas
- 4 na kutsarita ng maluwag na dahon ng tsaa o 4 na bag ng tsaa
- 4 green cardamom pods, durog
- 1 cinnamon stick
- 4 na clove
- 1-pulgada na luya, gadgad
- Asukal sa panlasa

INSTRUCTIONS:
a) Sa isang kasirola, pagsamahin ang tubig, gatas, cardamom, cinnamon, cloves, at luya.
b) Pakuluan ang pinaghalong, pagkatapos ay bawasan ang apoy sa mababang at kumulo sa loob ng 5 minuto.
c) Idagdag ang mga dahon ng tsaa o mga bag ng tsaa, at kumulo ng karagdagang 5 minuto.
d) Salain ang chai sa mga tasa, at patamisin ng asukal sa panlasa.

2. Ginger Honey Chai

MGA INGREDIENTS:
- 2 tasang tubig
- 2 tasang gatas
- 4 na kutsarita ng itim na dahon ng tsaa o 4 na bag ng tsaa
- 1 kutsarang gadgad na sariwang luya
- 2 kutsarang pulot
- Isang kurot ng itim na paminta (opsyonal)

INSTRUCTIONS:
a) Pakuluan ang tubig at gatas nang magkasama sa isang kasirola.
b) Idagdag ang mga dahon ng tsaa o mga bag at gadgad na luya.
c) Kumulo para sa 7-8 minuto, na nagpapahintulot sa mga lasa na humawa.
d) Alisin mula sa init, pilitin, at ihalo sa pulot.
e) Magdagdag ng isang pakurot ng itim na paminta kung ninanais. Ihain nang mainit.

3. Cardamom Rose Chai

MGA INGREDIENTS:
- 2 tasang tubig
- 2 tasang gatas
- 4 na kutsarita ng maluwag na dahon ng tsaa o 4 na bag ng tsaa
- 6-8 green cardamom pods, durog
- 1 kutsarita ng pinatuyong rose petals
- Asukal sa panlasa

INSTRUCTIONS:
a) Pakuluan ang tubig, gatas, cardamom, at rose petals sa isang kasirola.
b) Idagdag ang mga dahon ng tsaa o mga bag, at hayaan itong kumulo sa loob ng 5-7 minuto.
c) Salain ang chai at patamisin ng asukal ayon sa iyong kagustuhan.
d) Opsyonal: Palamutihan ng ilang pinatuyong talulot ng rosas bago ihain.

4.Chai Kurdi

MGA INGREDIENTS:
- 1 kutsarang Indian tea leaves
- 1 kanela; patpat
- tubig, kumukulo
- Mga sugar cube

INSTRUCTIONS:
a) Ilagay ang tsaa at kanela sa isang tsarera at Ibuhos sa kumukulong tubig.
b) Hayaang matarik ng 5 minuto.
c) Ihain nang mainit na may mga sugar cubes.

5. Minty Green Tea Chai

MGA INGREDIENTS:
- 2 tasang tubig
- 2 tasang gatas
- 4 kutsarita ng green tea leaves o 4 green tea bags
- 1 kutsarang sariwang dahon ng mint, tinadtad
- 1-pulgada na luya, gadgad
- Honey sa panlasa

INSTRUCTIONS:
a) Pakuluan ang tubig at gatas nang magkasama sa isang kasirola.
b) Magdagdag ng mga dahon ng berdeng tsaa, gadgad na luya, at tinadtad na dahon ng mint.
c) Pakuluan ng 5-7 minuto, hayaang maghalo ang mga lasa.
d) Salain ang chai, patamisin ng pulot, at ihain nang mainit.

6. Coconut Cardamom Chai

MGA INGREDIENTS:
- 2 tasang tubig
- 1 tasang gata ng niyog
- 1 tasa ng regular na gatas
- 4 na kutsarita ng maluwag na dahon ng tsaa o 4 na bag ng tsaa
- 4-6 green cardamom pods, durog
- 2 kutsarang hinimay na niyog
- Asukal sa panlasa

INSTRUCTIONS:
a) Sa isang kasirola, pagsamahin ang tubig, gata ng niyog, regular na gatas, cardamom, at ginutay-gutay na niyog.
b) Dalhin ang timpla sa kumulo, pagkatapos ay idagdag ang mga dahon ng tsaa o mga bag.
c) Pakuluan ng karagdagang 5-7 minuto.
d) Salain ang chai, patamisin ng asukal, at tamasahin ang coconut-infused goodness.

7. Russian Chai

MGA INGREDIENTS:
- 2 tasa Tang
- ¾ tasa Plain instant tea
- 1 tasa Asukal
- 1 kutsarita kanela
- 3 onsa Bansa Time timpla ng limonada
- ½ kutsarita Mga clove
- ½ kutsarita Allspice

INSTRUCTIONS:
a) Paghaluin ang lahat.
b) Gumamit ng 2 tambak na kutsarita bawat tasa ng mainit na tubig.

8. Saffron Almond Chai

MGA INGREDIENTS:
- 2 tasang tubig
- 2 tasang gatas
- 4 na kutsarita ng maluwag na dahon ng tsaa o 4 na bag ng tsaa
- Isang kurot ng saffron strands
- 1/4 tasa ng mga almendras, pinong tinadtad
- Asukal sa panlasa

INSTRUCTIONS:
a) Pakuluan ang tubig at gatas nang magkasama sa isang kasirola.
b) Magdagdag ng mga safron strands at tinadtad na mga almendras.
c) Hayaang kumulo ang halo sa loob ng 5-8 minuto.
d) Idagdag ang mga dahon ng tsaa o mga bag, matarik, pilitin, patamisin ng asukal, at ihain.

9. Pumpkin Spice Chai Latte

MGA INGREDIENTS:
- 2 tasang tubig
- 1 tasang gatas
- 1/2 tasa ng de-latang pumpkin puree
- 4 na kutsarita ng itim na dahon ng tsaa o 4 na bag ng tsaa
- 1 kutsarita pumpkin pie spice
- Maple syrup o asukal sa panlasa

INSTRUCTIONS:
a) Pagsamahin ang tubig, gatas, pumpkin puree, at pumpkin pie spice sa isang kasirola.
b) Painitin ang pinaghalong hanggang sa magsimula itong kumulo.
c) Idagdag ang mga dahon ng tsaa o bag at pakuluan ng 5-7 minuto.
d) Salain ang chai, patamisin gamit ang maple syrup o asukal, at tikman ang taglagas na kabutihan.

10. Lavender Earl Grey Chai

MGA INGREDIENTS:
- 2 tasang tubig
- 2 tasang gatas
- 4 na kutsarita ng Earl Grey na dahon ng tsaa o 4 na Earl Grey na tea bag
- 1 kutsarang tuyo na lavender buds
- 1 kutsarita vanilla extract
- Honey o asukal sa panlasa

INSTRUCTIONS:
a) Pakuluan ang tubig at gatas sa isang kasirola.
b) Magdagdag ng Earl Grey tea leaves, tuyong lavender buds, at vanilla extract.
c) Kumulo para sa 5-7 minuto, na nagpapahintulot sa mga lasa na humawa.
d) Salain ang chai, patamisin ng pulot o asukal, at tamasahin ang mabangong timpla.

11. Saigon Chai

MGA INGREDIENTS:
- 2 kutsara tsaa
- 4 na tasa tubig na kumukulo
- Lemon wedges
- 12 Buong cloves
- 12 All-spice berries
- 2" pulgadang stick ng cinnamon

INSTRUCTIONS:
a) Ilagay ang tsaa sa isang pinainit na palayok; Dagdagan ng tubig.
b) Magdagdag ng mga clove, allspice, at kanela; hayaang matarik ng 5 minuto.
c) Ibuhos sa pamamagitan ng isang salaan sa ibabaw ng yelo sa matataas na baso.
d) Palamutihan ng lemon.

12. Chocolate Chili Chai

MGA INGREDIENTS:
- 2 tasang tubig
- 2 tasang gatas
- 4 na kutsarita ng itim na dahon ng tsaa o 4 na bag ng tsaa
- 2 kutsarang cocoa powder
- 1/2 kutsarita ng sili na pulbos
- Asukal sa panlasa

INSTRUCTIONS:
a) Sa isang kasirola, magdala ng tubig, gatas, cocoa powder, at chili powder sa kumulo.
b) Idagdag ang mga dahon ng tsaa o bag at pakuluan ng 5-7 minuto.
c) Salain ang chai, patamisin ng asukal, at magsaya sa masaganang tsokolate na init na may pahiwatig ng pampalasa.

13. Apple Cinnamon Chai

MGA INGREDIENTS:
- 2 tasang tubig
- 2 tasang gatas
- 4 na kutsarita ng itim na dahon ng tsaa o 4 na bag ng tsaa
- 1 mansanas, hiniwa ng manipis
- 1 cinnamon stick
- Brown sugar o pulot sa panlasa

INSTRUCTIONS:
a) Pakuluan ang tubig at gatas sa isang kasirola.
b) Magdagdag ng mga dahon ng tsaa, mga hiwa ng mansanas, at ang cinnamon stick.
c) Pakuluan ng 7-10 minuto, hayaang lumambot ang mga mansanas at maghalo ang lasa.
d) Salain ang chai, patamisin ng brown sugar o honey, at tikman ang nakakaaliw na lasa ng mansanas at kanela.

14. Blueberry Vanilla Chai

MGA INGREDIENTS:
- 2 tasang tubig
- 2 tasang gatas
- 4 na kutsarita ng itim na dahon ng tsaa o 4 na bag ng tsaa
- 1/2 tasa sariwang blueberries
- 1 kutsarita vanilla extract
- Asukal o agave syrup sa panlasa

INSTRUCTIONS:
a) Sa isang kasirola, magdala ng tubig, gatas, blueberries, at vanilla extract sa mahinang pigsa.
b) Idagdag ang mga dahon ng tsaa o bag at kumulo ng 5-7 minuto.
c) Salain ang chai, patamisin ng asukal o agave syrup, at tamasahin ang masarap na timpla ng blueberry at vanilla notes.

15. Cayenne Chai

MGA INGREDIENTS:
- 1/8 kutsarita ng cayenne powder
- 1 kutsarang sariwang lemon juice
- 1 kutsarita raw honey
- 1 tasang pinakuluang tubig

INSTRUCTIONS:
a) Ilagay ang cayenne powder sa isang mug.
b) Ibuhos ang tubig sa ibabaw nito. Haluin agad
c) Idagdag ang lemon juice at honey. Haluing muli upang ihalo ang lahat
d) Palamig at pagkatapos ay inumin.

16. Malaysian Chai

MGA INGREDIENTS:
- 8 tasa Tubig na kumukulo
- 4 Mga bag ng green tea o
- 8 kutsarita Maluwag na dahon ng berdeng tsaa
- ½ kutsarita kanela
- ¼ kutsarita Ground cardamom
- 2 kutsara Asukal

INSTRUCTIONS:
a) Ilagay ang lahat ng sangkap sa isang tsarera at pakuluan ng 2 minuto.
b) Ihain nang mag-isa o kasama ng mga hiwa na almendras.

17. Cinnamon Butterscotch Chai

MGA INGREDIENTS:
- 1 tasa ng mainit na tsaa
- 2 Butterscotch hard candies
- 1 kutsara honey
- ½ kutsarita Lemon juice
- 1 Cinnamon stick

INSTRUCTIONS:
a) Haluin hanggang matunaw ang mga kendi, o alisin ang anumang natitirang piraso bago inumin

18. Orange-Nutmeg Chai

MGA INGREDIENTS:
- 1 tasa Instant na pulbos ng tsaa
- 1 tasa Asukal
- 0.15 ounces na halo ng inuming may lasa ng orange
- 1 kutsarita Ground nutmeg

INSTRUCTIONS:
a) Sa isang mangkok, pagsamahin ang lahat ng sangkap; haluin hanggang maghalo ng mabuti.

19. Masala Chai

MGA INGREDIENTS:
- 6 tasa -Malamig na tubig
- ⅓ tasa Gatas
- 3" stick Cinnamon
- 6 Green Cardamoms, buo
- 4 Mga clove, buo
- 12 Black Peppercorn
- 12 kutsarita Asukal
- 9 na bag ng tsaa ng orange na pekoe

INSTRUCTIONS:
a) Pagsamahin ang tubig at gatas sa isang kawali, at pakuluan.
b) Idagdag ang mga pampalasa at asukal.
c) Haluin upang timpla, at patayin ang apoy.
d) Takpan ang kawali, at hayaang magbabad ang mga pampalasa sa loob ng 10 minuto.
e) Idagdag ang mga dahon ng tsaa o mga bag ng tsaa, at pakuluan ang tubig.
f) Bawasan ang init at kumulo, natatakpan, sa loob ng 5 minuto.
g) Salain ang tsaa sa isang mainit na tsarera, at ihain kaagad.

20.Vanilla Caramel Chai Latte

MGA INGREDIENTS:
- 2 tasang tubig
- 2 tasang gatas
- 4 na kutsarita ng itim na dahon ng tsaa o 4 na bag ng tsaa
- 2 kutsarang caramel syrup
- 1 kutsarita vanilla extract
- Asukal sa panlasa

INSTRUCTIONS:
a) Pagsamahin ang tubig, gatas, caramel syrup, at vanilla extract sa isang kasirola.
b) Painitin ang pinaghalong hanggang sa magsimula itong kumulo.
c) Idagdag ang mga dahon ng tsaa o mga bag at hayaan itong matarik ng 5-7 minuto.
d) Salain ang chai, patamisin ng asukal kung gusto, at tamasahin ang iyong vanilla caramel chai latte.

21. Cinnamon pear iced Chai

MGA INGREDIENTS:
- ½ tasa ng unsweetened pear juice
- 1 cinnamon stick
- 1 kutsarang lemon juice
- 2 ½ kutsara ng agave nectar
- 2 kutsarang sariwang luya, tinadtad
- 6 itim na bag ng tsaa
- 6 tasang tubig

INSTRUCTIONS:
a) Sa isang kawali, pakuluan ang tubig.
b) Patayin ang apoy at Ilagay sa cinnamon stick at mga tea bag.
c) Iwanan ito upang matarik ng lima hanggang pitong minuto.
d) alisin ang mga bag ng tsaa at Ilagay ang mga ito sa natitirang mga sangkap.
e) Palamigin ng 2 oras bago ihain.

22.Clove at Nutmeg Orange Chai

MGA INGREDIENTS:
- 1 kutsarita na giniling na mga clove
- 1/4 tasa halo ng inuming may lasa ng orange
- 1/4 tasa lemon-flavored instant tea powder
- 1/4 kutsarita ng ground nutmeg

INSTRUCTIONS:
a) Paghaluin ang lahat ng sangkap.
b) Ilipat sa isang pitsel
c) Ibuhos ang kumukulong tubig sa ibabaw nito.
d) Ihain nang mainit o pinalamig!

23. Anise Seed Spiced Chai

MGA INGREDIENTS:
- 1 kutsarita buto ng anis, durog
- 2 cinnamon sticks
- 1-pulgada ng luya, hiniwa
- honey
- 2 kutsarita na pinatuyong maluwag na Echinacea

INSTRUCTIONS:

a) Pagsamahin ang mga pampalasa at Echinacea sa isang palayok na may tatlong tasa ng tubig.

b) Pakuluan at pagkatapos ay kumulo ng 1 8 minuto .

c) Salain sa isang tabo at magdagdag ng pulot .

24. Rosemary Wine Chai

MGA INGREDIENTS:
- 1 Klaret ng bote
- 4 na tasa ng Black tea tulad ng Assam o Darjeeling
- ¼ tasa Mild honey
- ⅓ tasa ng Asukal
- 2 Mga dalandan na hiniwa ng manipis at may binhi
- 2 Cinnamon sticks
- 6 Buong cloves
- 3 Mga sanga ng rosemary

INSTRUCTIONS:
a) Ibuhos ang alak at tsaa sa isang non-corrodible saucepan.
b) Idagdag ang pulot, asukal, dalandan, pampalasa, at rosemary.
c) Pakuluan hanggang bahagya na umuusok. Haluin hanggang matunaw ang pulot.
d) Alisin ang kawali mula sa apoy, takpan ito, at hayaang matarik ng 30 minuto.

25. Brazil Nut Chai Tea Latte

MGA INGREDIENTS:
PARA SA BRAZIL NUT MILK:
- 1 tasang hilaw na Brazil nuts
- 3 tasang sariwang malinis na tubig
- 2 Medjool date, pitted
- 1 kutsarita vanilla extract
- 2 kutsarang coconut butter

PARA SA MASALA CHAI:
- 2-pulgada na piraso ng cinnamon stick
- 2 piraso ng star anise
- 10 berdeng cardamom pod, binasag
- 6 buong clove
- 10 buong black peppercorns
- 6 manipis na bilog na hiwa ng sariwang luya
- 2 tasang sariwang malinis na tubig
- 3 kutsarita ng maluwag na dahon ng itim na tsaa

INSTRUCTIONS:
PARA SA BRAZIL NUT MILK:
a) Ilagay ang Brazil nuts sa isang mangkok at takpan ito ng malinis na tubig.
b) Hayaang umupo ng 6 na oras, o magdamag.
c) Haluin ang mga mani na may 3 tasa ng tubig, 2 sa mga petsa, ang vanilla, at ang coconut butter.
d) Haluin sa mataas na bilis ng halos 1 minuto.
e) Maglagay ng strainer sa isang malinis na lalagyan.
f) Ilagay ang cheesecloth sa ibabaw ng salaan.
g) Ibuhos ang pinaghalo na gatas sa cheesecloth.

PARA SA MASALA CHAI:
h) Pagsamahin ang lahat ng pampalasa sa isang palayok na may tubig.
i) Init ang pinaghalong hanggang kumulo, pagkatapos ay bawasan ang apoy sa isang kumulo.
j) Pakuluan ang mga pampalasa sa loob ng 5 minuto. Patayin ang init.
k) Paghaluin ang dahon ng itim na tsaa at hayaang matarik ng 10 minuto. Salain sa pamamagitan ng isang salaan.
l) Sukatin ang 1 tasa/ 250 ml ng nut milk sa isang mangkok.
m) Dahan-dahang Ibuhos ang 1/2 tasa/125 ml ng mainit, pinalasang tubig sa gatas, patuloy na hinahalo.
n) Pagkatapos ay dahan-dahang idagdag ang pinaghalong gatas at tubig pabalik sa natitirang tubig.

26. Pistachio Iced Chai

MGA INGREDIENTS:
- 2 sachet ng Black Tea Assam Tea
- 2 tasang mainit na tubig
- 1 kutsarita Rose preserve
- 2 kutsarita ng Pistachios na blanched at hiniwa
- 2 clove
- 1/2-pulgada na kanela
- 1 Cardamom
- 1 kutsarita ng asukal opsyonal
- 1 kurot ng Saffron Strands
- 6 Ice Cubes

MGA TAGUBILIN
a) I-freeze ang serving glass para sa 10 min ute s.
b) Itali ang buong pampalasa at ang tsaa sa isang telang muslin.
c) Dalhin ang tubig sa isang rolling pigsa. Idagdag ang muslin cloth sa kumukulong tubig.
d) Hayaang matarik ang mga tea bag at ang spice bag sa loob ng 5 min ute s.
e) Salain sa isang mangkok. Idagdag ang rose preserve at dagdag na asukal .
f) Paghaluin ang kalahati ng pistachios at haluing mabuti.
g) Ibuhos sa frozen na baso.
h) Maglagay ng ilang mga cube kung kinakailangan. Itaas ang natitirang pistachios at saffron.
i) Ihain kaagad na pinalamig.

27.Chai Boba Tea

MGA INGREDIENTS:
- 1 tasang mainit na tubig
- 2 bag ng tsaa ng chai
- 1-2 kutsarang Brown sugar
- ⅛ tasa ng gatas
- ⅛ tasa ng evaporated milk
- ¼ tasa ng tapioca pearls

INSTRUCTIONS:
a) Pakuluan ang Isang baso ng tubig.
b) Magdagdag ng 2 chai tea bag at pakuluan ng 5 minuto.
c) Ibuhos ito sa isang baso at habang mainit pa ay haluin ang 1-2 kutsarang brown sugar, depende sa kung gaano katamis ang gusto mo.
d) Pagkatapos ay idagdag ang evaporated milk at normal na gatas at ihalo.
e) Pagkatapos ay magdagdag ng tapioca pearls.

28. Minted orange Chai

MGA INGREDIENTS:
- 3 tasa Napakalakas na tsaa
- ½ tasa katas ng kahel
- ⅓ tasa Lemon juice
- 1 kutsarita Asukal
- 2 tasa Ginger ale
- Mint
- Mga hiwa ng orange

INSTRUCTIONS:
a) Pagsamahin ang tsaa, orange juice, lemon juice at asukal. Chill.
b) Magdagdag ng 2 tasang ginger ale.
c) Ibuhos sa yelo.
d) Palamutihan ng mint at orange na hiwa. Nagbubunga: 6 na inumin.

29. Rosy Black Chai

MGA INGREDIENTS:
- 2 bahagi rose petals
- 1 bahagi ng itim na tsaa

INSTRUCTIONS:
a) Ilagay ang rose petals at black tea sa isang glass jar.
b) Iling hanggang lubusan ang paghahalo. Para sa isang serving ilagay ang isang kutsarita ng tsaa sa isang salaan.
c) Ilagay ang strainer sa iyong paboritong mug. Ibuhos ang walong onsa ng kumukulong tubig sa tsaa.
d) Hayaang matarik nang hindi hihigit sa 5 minuto. Alisin ang tsaa at magsaya.

30. Hibiscus Rose Chai

MGA INGREDIENTS:
- 2 tasang tubig
- 2 tasang gatas
- 4 na kutsarita ng itim na dahon ng tsaa o 4 na bag ng tsaa
- 2 kutsarang pinatuyong mga petals ng hibiscus
- 1 kutsarang pinatuyong rose petals
- Asukal o pulot sa panlasa e

INSTRUCTIONS:
a) Pakuluan ang tubig, gatas, hibiscus petals, at rose petals sa isang kasirola.
b) Idagdag ang mga dahon ng tsaa o bag at kumulo ng 5-7 minuto.
c) Salain ang c hai, patamisin ng asukal o pulot, at tamasahin ang pagbubuhos ng bulaklak.

31.Arabic Pistachio Tea Mocktail

MGA INGREDIENTS:
- 2 tasa ng malakas na Arabic black tea, brewed
- ¼ tasa ng shelled pistachios, durog
- 2 kutsarang pulot o simpleng syrup (adjust sa panlasa)
- ½ kutsarita ng ground cardamom
- ¼ kutsarita vanilla extract
- Yelo
- Dinurog na pistachios para sa dekorasyon
- Mga dahon ng mint at buto ng granada para sa dekorasyon

INSTRUCTIONS:
a) Gumawa ng isang malakas na tasa ng Arabic black tea. Maaari kang gumamit ng maluwag na dahon ng tsaa o mga bag ng tsaa, depende sa iyong kagustuhan.
b) Sa isang mortar at pestle o gamit ang isang food processor, durugin ang mga shelled pistachios sa magaspang na piraso. Itabi.
c) Sa isang mixing bowl, pagsamahin ang brewed black tea, durog na pistachios, honey o simpleng syrup, ground cardamom, at vanilla extract. Haluing mabuti upang timpla ang mga lasa.
d) Hayaang lumamig ang timpla sa temperatura ng kuwarto. Maaari mo itong palamigin para sa mas mabilis na paglamig.
e) Sa sandaling lumamig, punan ang mga baso ng paghahatid ng mga ice cube.
f) Ibuhos ang pistachio-infused tea sa ibabaw ng yelo sa bawat baso.
g) Palamutihan ang bawat baso ng dinidilig na mga pistachio, buto ng granada, at ilang dahon ng mint para sa isang nakakapreskong hawakan.
h) Haluin nang malumanay bago humigop upang matiyak na ang lahat ng mga lasa ay mahusay na pinagsama.

32.Nutty Chai Bliss

MGA INGREDIENTS:
- 2 tasang mainit na brewed chai tea
- ¼ tasa ng almond milk
- 2 kutsarang pulot
- ¼ kutsarita ng giniling na kanela
- ¼ kutsarita ng almond extract
- Yelo
- Tinadtad na pistachios para sa dekorasyon

INSTRUCTIONS:
a) Brew chai tea ayon sa mga tagubilin sa pakete.
b) Sa isang hiwalay na mangkok, paghaluin ang almond milk, honey, ground cinnamon, at almond extract.
c) Ibuhos ang brewed chai tea sa mga basong puno ng ice cubes.
d) Dahan-dahang ibuhos ang almond milk mixture sa chai tea.
e) Haluin nang bahagya upang pagsamahin ang mga lasa.
f) Palamutihan ng tinadtad na pistachios.

33.Hyderabadi Dum Chai

MGA INGREDIENTS:
- 1 tasang tubig
- 2 kutsarang pulbos ng tsaa
- 1 kutsarang asukal
- 1 pulgadang luya
- 6 pod kardamono
- ½ tsp paminta
- 1 pulgadang kanela
- ½ tsp cloves
- 2 tasang gatas

INSTRUCTIONS:
a) Una, sa isang maliit na sisidlan kumuha ng 1 tasa ng tubig.
b) Magtali ng tela sa ibabaw gamit ang rubber band o sinulid.
c) Magdagdag ng 2 kutsarang pulbos ng tsaa, 1 kutsarang asukal, 1 pulgadang luya, 6 na pod cardamom, ½ tsp paminta, 1 pulgadang kanela at ½ tsp cloves.
d) Ilagay ang sisidlan sa kusinilya.
e) Magdagdag ng ilang tubig sa ilalim ng kusinilya.
f) Takpan at pressure cook sa loob ng 1 whistle o hanggang maabsorb ng tubig ang lahat ng lasa.
g) Matapos humina ang presyon, pisilin ang sabaw mula sa tela.
h) Ang isang malakas na sabaw ng tsaa ay handa na.
i) Sa isang kasirola kumuha ng 2 tasa ng gatas at kumulo.
j) Magdagdag ng handa na sabaw ng tsaa at ihalo nang mabuti.
k) Pakuluin ang tsaa.
l) Sa wakas, tamasahin ang dum ki chai recipe na may ilang biskwit.

BREAKFAST

34. Sinigang na Chai Latte

MGA INGREDIENTS:
- 180ml na semi-skimmed na gatas
- 1 kutsarang light soft brown sugar
- 4 na cardamom pod, nahati
- 1 star anise
- ½ kutsarita ng giniling na luya
- ½ kutsarita ng ground nutmeg
- ½ kutsarita ng giniling na kanela
- 1 oats sachet

INSTRUCTIONS:

a) Ilagay ang gatas, asukal, cardamom, star anise, at ¼ kutsarita bawat isa ng luya, nutmeg, at kanela sa isang maliit na kawali at pakuluan, hinahalo paminsan-minsan, hanggang sa matunaw ang asukal.

b) Salain sa isang pitsel, itapon ang buong pampalasa, pagkatapos ay bumalik sa kawali at gamitin ang infused milk upang lutuin ang mga oats ayon sa mga tagubilin sa pakete. Kutsara sa isang mangkok.

c) Paghaluin ang natitirang ¼ kutsarita bawat luya, nutmeg, at kanela hanggang sa pantay-pantay na pagsamahin pagkatapos ay gamitin upang alabok ang tuktok ng lugaw, gamit ang latte template upang lumikha ng kakaibang pattern, kung gusto mo.

35. Chai Spiced Hot Chocolate

MGA INGREDIENTS:
- 2 tasang gatas (pagawaan ng gatas o alternatibong gatas)
- 2 kutsarang cocoa powder
- 2 kutsarang asukal (adjust sa panlasa)
- 1 kutsarita dahon ng chai tea (o 1 chai tea bag)
- ½ kutsarita ng giniling na kanela
- ¼ kutsarita ng ground cardamom
- Kurot ng giniling na luya
- Whipped cream at isang sprinkle ng cinnamon para sa dekorasyon

INSTRUCTIONS:
a) Sa isang kasirola, initin ang gatas sa katamtamang apoy hanggang sa mainit ngunit hindi kumukulo.
b) Idagdag ang dahon ng chai tea (o tea bag) sa gatas at hayaan itong matarik ng 5 minuto. Alisin ang mga dahon ng tsaa o bag ng tsaa.
c) Sa isang maliit na mangkok, haluin ang cocoa powder, asukal, kanela, cardamom, at luya.
d) Dahan-dahang ihalo ang pinaghalong kakaw sa mainit na gatas hanggang sa maayos at makinis.
e) Patuloy na painitin ang pinalasang mainit na tsokolate, pagpapakilos paminsan-minsan, hanggang sa maabot nito ang iyong nais na temperatura.
f) Ibuhos sa mga mug, itaas na may whipped cream, at budburan ng kanela. Ihain at magsaya!

36. Pumpkin Chai Pancake

MGA INGREDIENTS:
- 1 tasang all-purpose na harina
- 2 kutsarang butil na asukal
- 1 kutsarita ng baking powder
- ½ kutsarita ng baking soda
- ¼ kutsarita ng asin
- 1 kutsarita ng giniling na kanela
- ½ kutsarita ng giniling na luya
- ¼ kutsarita ng giniling na mga clove
- ¼ kutsarita ng ground cardamom
- ¼ kutsarita ng ground nutmeg
- 1 tasang buttermilk
- ½ tasang pumpkin puree
- ¼ tasa ng gatas
- 1 malaking itlog
- 2 kutsarang tinunaw na mantikilya

INSTRUCTIONS:
a) Sa isang malaking mangkok, haluin ang harina, asukal, baking powder, baking soda, asin, kanela, luya, cloves, cardamom, at nutmeg.
b) Sa isa pang mangkok, haluin ang buttermilk, pumpkin puree, gatas, itlog, at tinunaw na mantikilya.
c) Ibuhos ang mga basang sangkap sa mga tuyong sangkap at haluin hanggang sa pagsamahin lamang.
d) Mag-init ng non-stick skillet o griddle sa katamtamang init at bahagyang mantika ito.
e) Ibuhos ang ¼ tasa ng batter sa kawali para sa bawat pancake. Lutuin hanggang mabuo ang mga bula sa ibabaw, pagkatapos ay i-flip at lutuin ng isa pang 1-2 minuto.
f) Ulitin sa natitirang batter. Ihain ang mga pancake na may isang maliit na piraso ng whipped cream, isang sprinkle ng cinnamon, at isang ambon ng maple syrup.

37. Spiced Oatmeal Infused with Chai

MGA INGREDIENTS:
- 3 ½ tasa ng buong gatas, hinati
- 2 tasang tubig
- ¼ kutsarita ng asin
- 2 tasang makalumang rolled oats
- 1 kutsarita ng giniling na kanela
- ½ kutsarita ng giniling na luya
- ½ kutsarita ng ground cardamom
- 4 kutsarita ng dark brown sugar

MGA TOPPING:
- Mga Prutas, Buto, at Nuts

INSTRUCTIONS:
a) Sa isang katamtamang kasirola, pagsamahin ang 3 tasa ng gatas, 2 tasa ng tubig, at asin. Dalhin ang timpla sa isang pigsa, walang takip, sa katamtamang init, pagpapakilos paminsan-minsan.
b) Idagdag ang rolled oats at bawasan ang init sa medium. Lutuin, paminsan-minsang pagpapakilos, hanggang sa maging creamy at sapat na kapal ang timpla para mabalot ang likod ng kutsara. Ito ay dapat tumagal ng humigit-kumulang 8 hanggang 10 minuto.
c) Haluin ang giniling na kanela, luya, at kardamono, siguraduhing lubusan silang pinagsama. Ito ay dapat tumagal nang humigit-kumulang 30 segundo.
d) Alisin ang kasirola mula sa apoy, takpan ito, at hayaan itong tumayo nang walang kaguluhan hanggang sa masipsip ang karamihan sa likido. Ito ay karaniwang tumatagal ng humigit-kumulang 3 minuto.
e) Hatiin ang spiced oatmeal sa 4 na mangkok, at itaas ang bawat serving na may brown sugar at ang natitirang ½ tasa ng gatas.
f) Itaas ang iyong mga paboritong prutas, buto, at mani.

38.Chai-Spiced French Toast

MGA INGREDIENTS:
- 1 kutsarang butil na asukal
- 1 kutsarita ng giniling na kanela
- ¼ kutsarita ng giniling na luya
- ¼ kutsarita ng cardamom
- ¼ kutsarita ng allspice
- ¼ kutsarita ng giniling na mga clove
- Kurot ng asin
- 4 malalaking itlog
- ¾ tasa ng gatas
- 1 ½ kutsarita ng vanilla extract
- 4 na kutsarang mantikilya
- 8 hiwa ng brioche o challah bread, hiniwang ¾-1-pulgada ang kapal

INSTRUCTIONS:
a) Sa isang daluyan, mababaw na mangkok, haluin ang butil na asukal, mga giniling na pampalasa (cinnamon, luya, cardamom, allspice, cloves), at isang pakurot ng asin. Itabi ang pinaghalong pampalasa na ito.
b) Painitin ang isang non-stick na kawali sa katamtamang mababang init.
c) Ihalo ang mga itlog, gatas, at vanilla extract sa pinaghalong pampalasa sa mababaw na mangkok.
d) Matunaw ang dalawang kutsarang mantikilya sa preheated skillet.
e) Isawsaw ang mga hiwa ng tinapay sa pinaghalong custard, siguraduhing nababalutan ang mga ito sa magkabilang panig. Ito ay dapat tumagal ng mga 2-3 segundo sa bawat panig.
f) I-pan-fry ang pinahiran na mga hiwa, magtrabaho sa mga batch ng 2 o 3 sa isang pagkakataon depende sa laki ng iyong kawali. Magluto ng humigit-kumulang 3-3 ½ minuto sa bawat panig o hanggang sa maging ginintuang kayumanggi, magdagdag ng higit pang mantikilya kung kinakailangan.
g) Ulitin ang proseso sa natitirang custard at mga hiwa ng tinapay.
h) Ihain ang chai-spiced French toast nang mainit, na sinamahan ng mantikilya at syrup o ang iyong mga paboritong toppings.
i) Tangkilikin ang iyong masarap at mabangong Chai-Spiced French Toast!

39.Chai Latte Muffins na may Chai-Spiced Streusel

MGA INGREDIENTS:
PARA SA STREUSEL:
- ½ tasa ng butil na asukal
- ½ kutsarita ng giniling na kanela
- ¼ kutsarita ng giniling na luya
- ¼ kutsarita ng ground cardamom
- 5 kutsarang all-purpose na harina
- 3 kutsarang inasnan na mantikilya

PARA SA MUFFINS:
- 1 tasang buong gatas
- 2 chai tea bag
- 2 ¼ tasa ng all-purpose na harina
- 1 tasa ng butil na asukal
- 2 ½ kutsarita ng baking powder
- ⅔ kutsarita ng asin
- 2 malalaking itlog, sa temperatura ng kuwarto
- ½ tasa ng langis ng gulay
- 1 ½ kutsarita ng vanilla extract

INSTRUCTIONS:
PARA SA STREUSEL:
a) Sa isang maliit na mangkok, pagsamahin ang asukal, giniling na kanela, giniling na luya, giniling na cardamom, at harina.
b) Gumamit ng pastry knife o tinidor para putulin ang mantikilya sa mga tuyong sangkap. Itabi ang streusel mixture na ito.

PARA SA MUFFINS:
c) Painitin muna ang iyong oven sa 350°F (175°C).
d) Linyahan ang muffin pan ng mga paper liner o i-spray ang mga ito ng baking spray. Itabi.
e) Sa isang maliit na kasirola, pagsamahin ang buong gatas at chai tea bags.
f) Painitin ang gatas hanggang sa umuusok, pagkatapos ay alisin ito sa apoy at hayaan itong matarik nang hindi bababa sa 5 minuto.
g) Sa isang malaking mangkok, haluin ang all-purpose flour, granulated sugar, baking powder, at asin. Itabi ang tuyong pinaghalong ito.

h) Sa isang katamtamang mangkok, haluin ang mga itlog, langis ng gulay, vanilla extract, at ang gatas na pinaghalo ng tsaa.
i) Ibuhos ang mga basang sangkap sa mga tuyong sangkap at haluin hanggang ang mga tuyong sangkap ay ganap na maisama.
j) Punan ang bawat muffin cup na halos ¾ na puno ng muffin batter.
k) Itaas ang bawat muffin na may masaganang dami ng inihandang streusel mixture.
l) Maghurno sa preheated oven sa loob ng 15-18 minuto, o hanggang sa maluto ang mga muffin. Maaari mong suriin ang pagiging handa sa pamamagitan ng pagpasok ng toothpick sa gitna ng muffin - dapat itong lumabas na malinis o may ilang basa-basa na mumo.
m) Hayaang lumamig nang bahagya ang muffins bago ihain.
n) I-enjoy ang iyong nakakatuwang Chai Latte Muffins na may Chai-Spiced Streusel bilang masarap na almusal!

40. Chai-Spiced Super Chunky Granola

MGA INGREDIENTS:
- ¼ cup almond butter (o anumang nut/seed butter na gusto mo)
- ¼ tasa ng maple syrup
- 2 kutsarita ng vanilla extract
- 5 kutsarita ng giniling na kanela
- 2-3 kutsarita ng giniling na luya
- 1 kutsarita ng ground cardamom
- 1 ½ tasang rolled oats (tiyaking gluten-free kung kinakailangan)
- ½ tasa ng mga walnut o pecan, halos tinadtad
- ¾ tasa ng hindi matamis na coconut flakes
- ¼ tasa ng hilaw na buto ng kalabasa (pepitas)

INSTRUCTIONS:
a) Painitin muna ang iyong oven sa 325 degrees F (160°C) at lagyan ng parchment paper ang isang standard-size na baking sheet.
b) Sa isang medium mixing bowl, pagsamahin ang almond butter, maple syrup, vanilla extract, ground cinnamon, ground ginger, at ground cardamom. Haluin hanggang makinis ang timpla.
c) Idagdag ang mga rolled oats, tinadtad na walnuts o pecans, unsweetened coconut flakes, at raw pumpkin seeds sa mangkok na may pinaghalong almond butter. Paghaluin nang maigi upang matiyak na ang lahat ng mga tuyong sangkap ay pantay na pinahiran.
d) Ilipat ang pinaghalong granola sa inihandang baking sheet, ikalat ito sa isang pantay na layer. Kung gagawa ka ng mas malaking batch, gumamit ng karagdagang mga baking sheet kung kinakailangan.
e) Maghurno sa preheated oven sa loob ng 20-25 minuto. Maging mapagbantay sa dulo upang maiwasan ang pagkasunog. Ang granola ay handa na kapag ito ay naging mabango at madilim ang kulay.
f) Tandaan: Kung mas gusto mo ang sobrang chunky granola, iwasang ihagis ito habang nagluluto. Para sa isang mas crumblier texture, haluin o ihagis ng kaunti ang granola sa kalahating punto upang masira ang anumang mga kumpol.

g) Kapag ang granola ay nakikitang kayumanggi at mabango, alisin ito sa oven. Dahan-dahang ihagis ang granola upang lumabas ang sobrang init. Payagan itong ganap na lumamig sa baking sheet o sa isang mangkok na ligtas sa init.
h) Itago ang iyong chai-spiced na super chunky granola sa isang selyadong lalagyan sa temperatura ng kuwarto nang hanggang 1 buwan, o sa freezer nang hanggang 3 buwan.
i) Tangkilikin ang granola nang mag-isa, na may gatas, yogurt, o dinidilig sa ibabaw ng oatmeal para sa isang masarap na almusal o meryenda!

41.Chai Waffles na may Banana Cream Syrup

MGA INGREDIENTS:
DRY INGREDIENTS
- 1 ½ tasang oat flour
- 2 kutsarang arrowroot starch
- 2 kutsarita ng baking powder
- 1 ¼ kutsarita ng kanela
- ½ kutsarita ng giniling na luya
- ½ kutsarita ng ground cardamom
- ¼ kutsarita ng nutmeg
- ¼ kutsarita ng asin
- ⅛ kutsarita ng giniling na mga clove

WEET INGREDIENTS
- 1 ¼ tasa ng unsweetened almond o soy milk
- 3 kutsarang almond butter
- 2 kutsarang maple syrup
- 1 kutsarita vanilla extract

BANANA CREAM SYRUP:
- 1 malaking hinog na saging
- ½-¾ tasa ng unsweetened almond o soy milk
- 2 medjool date, pitted at babad
- 1 kutsarita ng maple syrup
- ¾ kutsarita vanilla extract
- ⅛ kutsarita ng kanela
- Kurot ng asin
- Opsyonal: 2 kutsarang buto ng abaka o 1-2 kutsarang nut butter

INSTRUCTIONS:
PARA SA CHAI WAFFLES:
a) Sa isang malaking mangkok, pagsamahin ang lahat ng mga tuyong sangkap at ihalo hanggang sa maayos na maisama. Itabi.
b) Itakda ang iyong waffle maker sa medium heat o gumamit ng setting na katumbas ng 4 sa isang stand-up na Cuisinart waffle maker.
c) Sa isang blender, pagsamahin ang lahat ng mga basang sangkap (unsweetened almond o soy milk, almond butter, maple syrup, at vanilla extract). Haluin hanggang makinis ang timpla.

d) Idagdag ang mga basang sangkap mula sa blender sa mga tuyong sangkap sa mangkok. Haluin nang maigi hanggang sa maayos na pinagsama.
e) Ibuhos ang waffle batter sa waffle maker at lutuin ayon sa mga tagubilin ng iyong waffle maker. Bilang kahalili, kung wala kang waffle maker, maaari kang gumamit ng non-stick pan. Ibuhos ang ¼ - ⅓ tasa ng batter sa isang pinainit na non-stick pan, lutuin ng 3-5 minuto, i-flip, at lutuin ng isa pang 2-3 minuto. Ulitin sa natitirang batter upang makagawa ng mga waffle o pancake.
f) Ihain ang iyong Chai Waffles na may sariwang prutas at ang Banana Cream Syrup o ang gusto mong pampatamis.

PARA SA BANANA CREAM SYRUP:

g) Ibabad ang Medjool date sa isang mangkok ng mainit na tubig sa loob ng 15 minuto. Pagkatapos, alisin ang mga ito mula sa tubig at alisan ng tubig. Alisin ang mga hukay mula sa mga petsa.
h) Idagdag ang pitted dates, ang hinog na saging, maple syrup, vanilla extract, cinnamon, at isang kurot ng asin (at opsyonal na buto ng abaka o nut butter kung gusto) sa isang high-speed blender.
i) Haluin hanggang makinis ang timpla. Kung kinakailangan, magdagdag ng higit pang almond o soy milk upang makamit ang iyong ninanais na pagkakapare-pareho ng syrup.
j) Hayaang umupo ang syrup ng 5 minuto bago ihain.
k) I-enjoy ang iyong Chai Waffles na may Banana Cream Syrup para sa mainit, nakakaaliw, at masarap na almusal!

42. Chai Biscotti na may White Chocolate Drizzle

MGA INGREDIENTS:
CHAI SPICE MIX:
- 1 kutsarang giniling na kanela
- 2 kutsarita ng ground cardamom
- 2 kutsaritang giniling na luya
- 1 kutsarita ng ground nutmeg
- 1 kutsarita na giniling na mga clove
- ½ kutsarita ng ground allspice

BISCOTTI:
- ½ tasang unsalted brown butter, sa temperatura ng kuwarto
- ½ tasa light brown sugar
- ½ tasa ng butil na asukal
- 2 malalaking itlog, sa temperatura ng kuwarto
- 2 kutsarita ng vanilla bean paste
- 2 ¼ tasa ng all-purpose na harina
- 1 ¼ kutsarita ng baking powder
- 1 kutsarang chai spice mix
- ½ kutsarita ng kosher na asin

TOPPING:
- 4 ounces puting tsokolate, natunaw
- ½ kutsarita chai spice mix

INSTRUCTIONS:
PARA SA CHAI SPICE MIX:
a) Sa isang maliit na mangkok, salain ang lahat ng sangkap para sa timpla ng chai spice. Itago ito sa lalagyan ng airtight para magamit sa hinaharap.

PARA SA BISCOTTI:
b) Painitin muna ang iyong oven sa 350°F (175°C) at lagyan ng parchment paper ang isang baking sheet.
c) Sa bowl ng stand mixer na nilagyan ng paddle attachment (o sa isang malaking bowl gamit ang hand mixer), paghaluin ang brown butter, brown sugar, at granulated sugar hanggang sa maging makinis ang timpla.
d) Idagdag ang mga itlog at vanilla bean paste (o vanilla extract) at talunin hanggang sa pagsamahin lamang.
e) Idagdag ang all-purpose flour, baking powder, chai spice mix, at kosher salt. Paghaluin hanggang ang lahat ng mga sangkap ay ganap na maisama.
f) Hatiin ang kuwarta sa dalawang pantay na bahagi. Ilagay ang bawat bahagi sa isang gilid ng inihandang baking sheet at i-pat ang mga ito sa dalawang 10-inch x 2-inch na parihaba, bawat isa ay humigit-kumulang 1 pulgada ang kapal. Maaari mong bahagyang basain ang iyong mga kamay upang makatulong sa hakbang na ito.
g) Maghurno ng 20 hanggang 30 minuto, o hanggang ang mga biscotti log ay ginintuang kayumanggi sa kabuuan. Alisin ang mga ito mula sa oven at hayaang lumamig sa loob ng 25 hanggang 30 minuto.
h) Bawasan ang temperatura ng oven sa 325°F (160°C).
i) Maingat na ilipat ang mga biscotti log sa isang cutting board. Gumamit ng bote ng spray na puno ng tubig na may temperatura sa silid upang bahagyang iwiwisik ang mga log (isang spray lamang sa bawat seksyon). Maghintay ng mga 5 minuto, at pagkatapos ay gumamit ng napakatalim na may ngipin na kutsilyo upang hatiin ang biscotti sa ½-pulgadang lapad na mga piraso.
j) Ilagay ang mga hiwa ng biscotti pabalik sa baking sheet, patayin ang mga ito na may humigit-kumulang ½ pulgada ng espasyo sa

pagitan ng bawat isa upang payagan ang sirkulasyon ng hangin. Maghurno para sa isa pang 25 hanggang 30 minuto, o hanggang sa sila ay tuyo at ginintuang.

k) Alisin ang biscotti mula sa oven at ilipat ang mga ito sa isang wire rack upang palamig sa temperatura ng silid.

PARA SA TOPPING:

l) Sa isang mangkok na ligtas sa microwave, tunawin ang puting tsokolate sa pagitan ng 30 segundo hanggang sa ito ay makinis.

m) Kung nais, magdagdag ng isang maliit na halaga ng chai spice mix sa tinunaw na puting tsokolate at pukawin.

n) Ibuhos ang tinunaw na puting tsokolate sa ibabaw ng chai biscotti.

o) Hayaang tumigas ang tsokolate bago itago ang biscotti.

p) Ihain ang chai-spiced biscotti kasama ang iyong paboritong chai latte o kape para sa isang masarap na treat!

q) I-enjoy ang iyong homemade Chai Biscotti na may White Chocolate Drizzle!

43. Chai-Spiced Cruffins

MGA INGREDIENTS:
PARA SA BUTTER BLOCK:
- 2 sticks malamig unsalted butter, cubed

PARA SA BRIOCHE DOUGH:
- 2 ¾ tasang all-purpose na harina
- 3 kutsarang asukal
- 1 ½ kutsarita ng kosher na asin
- 1 kutsarang instant yeast
- 3 malalaking itlog, pinalo
- ¼ tasa ng gatas, sa temperatura ng kuwarto
- 10 kutsarang mantikilya, hiniwa sa 10 piraso, sa temperatura ng silid

PARA SA CHAI SPICED SUGAR:
- 1 tasang asukal
- 1 kutsarang giniling na kanela
- 1 kutsarang giniling na luya
- 1 kutsarang ground cardamom
- 1 kutsarita na giniling na mga clove
- 1 kutsarita ng ground nutmeg
- 1 kutsarita ng ground allspice
- 1 kutsarita ng ground black pepper

PARA SA EGG WASH:
- 1 itlog, pinalo ng 1 kutsarita ng tubig

INSTRUCTIONS:
PARA SA BUTTER BLOCK:
a) Hayaang umupo ang mantikilya sa temperatura ng silid nang mga 5 minuto.
b) Maghanda ng parchment paper packet para hubugin ang butter block. Gupitin ang isang piraso ng parchment paper sa 15" x 18" at itupi ito sa kalahati hanggang 15" x 9".
c) Sukatin ang 4" mula sa itaas at ibabang mga gilid, pagkatapos ay tiklupin kasama ang mga marka upang lumikha ng 7" x 9" na pakete. Panghuli, sukatin ang 2" mula sa bukas na gilid at tiklupin kasama ang marka upang makagawa ng 7" x 7" na pakete. Itabi ito.
d) Sa isang stand mixer na nilagyan ng paddle attachment, talunin ang mantikilya sa mababang bilis hanggang sa ito ay maging malambot, malambot, at makinis (nang walang kasamang hangin), na dapat tumagal ng 1-2 minuto.
e) Buksan ang packet ng parchment paper at ilagay ang mantikilya sa isa sa 7" x 7" na mga parisukat. Tiklupin ang parchment paper kasama ang orihinal na mga creases upang ilakip ang mantikilya. Gamitin ang iyong mga daliri o rolling pin para pantay na ipamahagi ang mantikilya sa packet, na ginagawa itong perpektong 7" x 7" na parisukat. Palamigin ang bloke ng mantikilya habang inihahanda mo ang kuwarta.

PARA SA BRIOCHE DOUGH:
f) Sa mangkok ng isang stand mixer na nilagyan ng dough hook, idagdag ang mga tuyong sangkap at sandali ihalo sa pamamagitan ng kamay upang pagsamahin. Idagdag ang pinalo na itlog, gatas, at mga hiwa ng mantikilya sa temperatura ng silid. Haluin sa mababang bilis ng humigit-kumulang 1 minuto hanggang sa mabasa ang mga tuyong sangkap. Pagkatapos ay taasan ang bilis sa katamtaman at masahin hanggang ang masa ay makinis, makintab, at hindi na dumikit sa mangkok, na dapat tumagal ng 20-25 minuto.
g) Buuin ang kuwarta sa isang bola (ito ay magiging napakalambot), ilagay ito sa isang mangkok na bahagyang greased, takpan ito, at

hayaan itong tumaas ng 1 oras. Palamigin ang kuwarta sa loob ng ilang oras o magdamag hanggang sa lumamig nang mabuti.

PARA I-LAMINATE ANG DOUGH:

h) Kunin ang bloke ng mantikilya sa refrigerator upang bahagyang lumambot. Kapag ito ay malamig ngunit malambot, igulong ang kuwarta sa isang bahagyang pinagawaan ng harina sa isang 7 ½" x 14 ½" na parihaba. Gumamit ng pastry brush upang alisin ang anumang labis na harina.

i) Ilagay ang bloke ng mantikilya sa kaliwang kalahati ng kuwarta, mag-iwan ng ½" na hangganan sa itaas, kaliwang bahagi, at ibaba. Pindutin ang mantikilya nang pantay-pantay sa pakete, tiyaking mapupuno nito ang mga sulok at gilid, na magiging perpektong 7" x 7" na parisukat. Palamigin sa loob ng 30 minuto.

j) Pagkatapos palamigin, igulong ang kuwarta sa isang 8" x 16" na parihaba, na ang mga mahahabang gilid ay kahanay sa gilid ng countertop. Tiklupin ang kanang bahagi sa ibabaw ng nilagyan ng mantikilya sa kaliwang bahagi, tiyaking nakahanay ang lahat ng gilid at magkasalubong ang mga sulok. Ito ay isang pagliko. Takpan ang kuwarta gamit ang plastic wrap at palamigin ng 30 minuto.

k) Ulitin ang prosesong ito ng dalawa pang beses (para sa kabuuang tatlong pagliko), na nagpapahintulot sa masa na magpahinga sa refrigerator nang hindi bababa sa 1 oras.

PAGHAHAGI AT PAGBABE:

l) Ihanda ang chai spiced sugar mixture sa pamamagitan ng pagsasama ng lahat ng spices sa asukal. Itabi ang ½ tasa ng halo na ito para sa ibang pagkakataon.

m) Igulong ang laminated dough sa isang 8" x 18" na parihaba. I-brush ang buong ibabaw gamit ang egg wash, mag-iwan ng ½" na gilid sa isang mahabang gilid nang walang egg wash.

n) Iwiwisik ang chai-spiced sugar mixture sa ibabaw ng egg-washed portion ng dough.

o) I-roll up ang kuwarta sa isang masikip na log, simula sa mahabang gilid na natatakpan ng asukal. Ilagay ang roll seam sa gilid pababa upang hindi ito mabuksan.

p) Gupitin ang 1 pulgada mula sa bawat dulo ng log at itapon ang mga trimmings. Hatiin ang log sa walong 2" na piraso.
q) Ilagay ang bawat piraso sa isang muffin pan, maluwag na takpan, at hayaan ang mga ito na patunayan sa loob ng 1 hanggang 1 ½ oras hanggang sa sila ay maging napakalaki, ngunit hindi kinakailangang doble ang laki.
r) Sa pagtatapos ng proofing, painitin muna ang iyong oven sa 400°F (200°C).
s) Dahan-dahang i-brush ang mga tuktok at nakalantad na gilid ng cruffins gamit ang egg wash at maghurno ng 18-20 minuto, o hanggang sa maging golden brown ang mga ito at ang panloob na temperatura sa gitna ay 190°F (88°C).
t) Hayaang lumamig ng ilang minuto ang mga cruffin, pagkatapos ay maingat na alisin ang mga ito mula sa kawali at ihagis ang mga ito sa nakareserbang timpla ng spiced na asukal habang sila ay mainit pa.
u) Ilagay ang spiced chai cruffins sa isang rack para lumamig.
v) I-enjoy ang iyong homemade Chai-Spiced Cruffins – flaky croissant muffins na may masarap na chai spice twist!

44. Chai Spiced Cinnamon Rolls

MGA INGREDIENTS:
PARA SA DOUGH:
- ¾ tasa ng buttermilk
- ¼-onsa na pakete ng aktibong dry yeast
- ½ tasa ng butil na asukal
- 6 tablespoons unsalted butter, room temperature
- 1 itlog, temperatura ng silid
- ¼ kutsarita ng asin
- 2 ¾ tasang all-purpose na harina

PARA SA CHAI FILLING:
- 2 tablespoons unsalted butter, temperatura ng kuwarto
- 1 kutsarita ng giniling na kanela
- 1 kutsarita ng ground cardamom
- 1 kutsaritang giniling na luya
- 1 kutsarita ng ground star anise
- 1 kutsarang Earl Grey tea, giniling
- ¼ tasa light brown sugar

PARA SA MAPLE GLAZE:
- 2 kutsarang gata ng niyog
- 1 kutsarang maple syrup
- ¾ tasa ng pulbos na asukal
- ½ kutsarita vanilla extract

INSTRUCTIONS:
PARA SA DOUGH:

a) Init ang buttermilk sa microwave sa loob ng 40 segundo hanggang mainit. Gumamit ng isang tasa ng pagsukat ng likido para sa hakbang na ito. Idagdag ang lebadura at asukal sa mainit na buttermilk at ihalo.

b) Sa isang malaking mangkok, ilagay ang room-temperature butter. Ibuhos ang pinaghalong asukal/buttermilk sa mangkok. Haluin gamit ang hand mixer o stand mixer hanggang masira ang mantikilya.

c) Idagdag ang itlog at asin sa pinaghalong. Haluin hanggang sa ganap na maisama.

d) Panghuli, idagdag ang harina at ihalo hanggang sa mabuo ang kuwarta.

e) I-empty ang kuwarta sa ibabaw ng floured. Masahin ng 3 minuto at hayaang tumaas ng isang oras. Maaari mo ring masahin ang kuwarta sa isang stand mixer para sa parehong tagal ng oras. Kung ang masa ay tila basa pa, magdagdag ng isang kutsara ng harina sa isang pagkakataon hanggang sa hindi na ito dumikit sa iyong mga kamay.
f) Takpan ang kuwarta gamit ang basang tuwalya o aluminum foil at hayaang tumaas ito ng 1 oras, o hanggang dumoble ang laki.

PARA SA CHAI FILLING:
g) Habang tumataas ang kuwarta, ihanda ang pinaghalong pampalasa para sa pagpuno. Pagsamahin ang giniling na cinnamon, cardamom, luya, star anise, at Earl Grey tea sa isang mangkok. Haluing mabuti at itabi.

ASSEMBLY:
h) Kapag ang kuwarta ay tapos na sa pag-proofing, suntukin ang hangin at igulong ito sa isang 12x12-pulgadang parisukat.
i) Ikalat ang room-temperature butter nang pantay-pantay sa ibabaw ng kuwarta.
j) Budburan ang brown sugar at ang inihandang spice mixture sa buttered dough.
k) Igulong ang kuwarta sa isang log at gupitin ito sa 9 pantay na piraso. Una, gupitin ang log sa 3 pantay na piraso, at pagkatapos ay hatiin ang bawat isa sa mga piraso sa 3 pantay na piraso.
l) Ilagay ang mga cinnamon roll sa isang 9x9-inch na kawali na may mantika at hayaang tumaas ang mga ito ng karagdagang oras.

PAGBABA:
m) Painitin muna ang oven sa 350°F (177°C).
n) Pagkatapos ng huling pag-proofing, ihurno ang mga cinnamon roll na walang takip sa loob ng 20-25 minuto o hanggang sa matingkad na kayumanggi ang mga gilid.
o) Para sa Maple Glaze:
p) Habang nagluluto ang cinnamon rolls, pagsamahin ang lahat ng glaze ingredients—gatas ng niyog, maple syrup, powdered sugar, at vanilla extract—sa isang mangkok at ihalo hanggang makinis.
q) Hayaang lumamig ang lutong cinnamon roll sa loob ng 5-10 minuto bago ibuhos ang glaze sa kanila.

45. Chai Spiced Bread

MGA INGREDIENTS:
PARA SA TINAPAY:
- ½ tasang unsalted butter, pinalambot
- ¾ tasa ng butil na asukal
- 2 malalaking itlog
- 2 kutsarita ng vanilla extract
- ½ tasang chai tea o tubig
- ⅓ tasa ng gatas
- 2 tasang all-purpose na harina
- 2 kutsarita ng baking powder
- ½ kutsarita ng asin
- 1 kutsarita ng ground cardamom
- ½ kutsarita ng giniling na kanela
- ¼ kutsarita ng giniling na mga clove

PARA SA GLAZE:
- 1 tasang may pulbos na asukal
- ¼ kutsarita vanilla extract
- 3 kutsarita ng gatas

INSTRUCTIONS:
PARA SA TINAPAY:
a) Painitin muna ang oven sa 350°F (175°C) at lagyan ng mantika ang isang loaf pan na may nonstick cooking spray.
b) Sa isang malaking mangkok, talunin ang pinalambot na mantikilya at granulated sugar nang magkasama hanggang sa maging magaan at malambot ang timpla.
c) Talunin ang mga itlog, vanilla extract, chai tea (o tubig), at gatas hanggang sa maayos na pagsamahin ang mga sangkap.
d) Haluin ang all-purpose flour, baking powder, asin, ground cardamom, ground cinnamon, at ground cloves hanggang sa pagsamahin lamang.
e) Ikalat ang batter nang pantay-pantay sa inihandang loaf pan.
f) Maghurno sa 350°F sa loob ng 50-60 minuto o hanggang sa lumabas na malinis ang isang toothpick na ipinasok sa gitna.

PARA SA GLAZE:
g) Sa isang maliit na mangkok, haluin ang powdered sugar, vanilla extract, at gatas hanggang sa maging makinis at maayos ang timpla.
h) Kapag lumamig na ang tinapay, ibuhos ang glaze sa ibabaw.
i) Hatiin, ihain, at tamasahin ang iyong Chai Spiced Bread!

46. Chai Spiced Apple Cider Donuts

MGA INGREDIENTS:
APPLE CIDER DONUT:
- ½ tasa ng pinababang apple cider
- 2 ¼ tasang all-purpose na harina, sandok at pinatag
- ½ kutsarita ng baking powder
- ½ kutsarita ng baking soda
- 1 kutsarita ng kanela
- ½ kutsarita ng nutmeg
- ½ tasang Salted Butter, natunaw
- 1 tasa ng light brown na asukal, bahagyang nakaimpake
- 2 malalaking itlog, temperatura ng silid
- ½ tasang mantikilya ng mansanas

CHAI SUGAR:
- 1 tasa ng butil na asukal
- ¼ tasa light brown sugar, bahagyang nakaimpake
- ½ kutsarita ng kanela
- ¼ kutsarita ng nutmeg
- ¼ kutsarita ng luya
- ¼ kutsarita cloves
- ¼ kutsarita ng allspice
- ⅛ kutsarita ng cardamom
- Isang maliit na kurot ng ground black pepper
- ¼ tasa Salted Butter, natunaw

CARAMEL GLAZE (OPTIONAL):
- 1 tasa karamelo, temperatura ng kuwarto
- 1 tasang may pulbos na asukal, sandok at pinatag
- ¼ kutsarita ng kanela

INSTRUCTIONS:
a) Bawasan ang apple cider sa pamamagitan ng paglalagay ng 1 ½ tasa ng apple cider sa isang katamtamang kasirola sa medium-low heat. Hayaang kumulo sa loob ng 10-15 minuto hanggang sa maging ½ tasa.
b) Ibuhos ito sa isang garapon o tasa na ligtas sa init at hayaang lumamig habang pinagsasama-sama mo ang iba pang sangkap.

DONUTS:
c) Painitin muna ang oven sa 425F (218C) convection (400F/204C conventional) at lagyan ng grasa ang tatlong donut pan (o isa-isa).
d) Sa isang katamtamang mangkok, pagsamahin ang harina, baking powder, baking soda, cinnamon, at nutmeg. Itabi.
e) Sa isang malaking mangkok, haluin ang pinababang apple cider, tinunaw na mantikilya, brown sugar, itlog, at mantikilya ng mansanas hanggang sa maayos silang pinagsama.
f) Tiklupin ang pinaghalong harina hanggang sa maisama ang harina, pagkatapos ay gumamit ng piping bag o kutsara upang punan ang mga hulmahan ng donut.
g) Ihurno ang mga donut sa loob ng mga 8-10 minuto, hanggang sa sila ay maging ginintuang kayumanggi at bumalik kapag pinindot mo ang mga ito nang marahan.
h) Baligtarin ang mga donut sa isang wire rack at hayaang lumamig ng ilang minuto.

CHAI SUGAR:
i) Sa isang medium bowl, pagsamahin ang granulated sugar, brown sugar, at spices.
j) Isa-isa, i-brush ang mga donut gamit ang tinunaw na mantikilya, pagkatapos ay agad na ihagis ang mga ito sa chai sugar hanggang sa ganap na mabalot. Ulitin sa natitirang mga donut.

CARAMEL GLAZE (OPTIONAL):
k) Kung ikaw ay gumagawa ng aking Homemade Salted Caramel recipe, maaari mo itong gawin bago magsimula upang magkaroon ng oras upang palamig.
l) Pagsamahin ang 1 tasa ng caramel sauce na may powdered sugar at cinnamon, pagkatapos ay haluin hanggang sa ito ay ganap na makinis.
m) Isawsaw ang PLAIN donuts sa glaze o drizzle sa ibabaw ng sugared donuts. Huwag isawsaw ang mga sugared donut sa glaze, o ang asukal ay mahuhulog lamang sa glaze.

MGA MERYenda

47. Chai Spiced Cookies

MGA INGREDIENTS:
- 2 tasang crispy rice cereal
- 1 tasang almond butter
- ½ tasang pulot
- 1 kutsarita chai spice mix (cinnamon, cardamom, luya, cloves, nutmeg)
- 1 kutsarita vanilla extract
- Kurot ng asin

INSTRUCTIONS:
a) Sa isang malaking mixing bowl, pagsamahin ang crispy rice cereal at chai spice mix.
b) Sa isang maliit na kasirola, init ng almond butter, honey, vanilla extract, at asin sa mahinang apoy, haluin hanggang sa maayos na pinagsama.
c) Ibuhos ang pinaghalong almond butter sa ibabaw ng cereal at spice mix at ihalo hanggang sa mapantayan ang lahat.
d) Hugis ang pinaghalong cookies o pindutin ito sa isang may linya na baking dish at gupitin sa mga bar.
e) Palamigin ng humigit-kumulang 1 oras o hanggang itakda.

48. Chai Spiced Churros

MGA INGREDIENTS:
PARA SA CHURROS:
- 1 ½ tasang all-purpose na harina
- 2 tablespoons chai spice mix, hinati
- 2 kutsarita ng kosher na asin, hinati
- ½ tasa ng butil na asukal
- ½ tasa ng buong gatas
- 3 kutsarang unsalted butter
- 1 kutsarita ng Purong Vanilla Extract
- 1 Organikong Itlog
- Canola Oil (para sa pagprito)
- Chocolate sauce, para sa paghahatid

PARA SA CHAI SPICE:
- 3 Cinnamon Sticks, durog
- 2 kutsarang Whole Cloves
- 1 kutsarang Whole Black Peppercorns
- 1 kutsarang Fennel Seed
- 3 kutsarita ng Cardamom
- 2 kutsarita ng Ground Ginger
- 2 kutsarita ng Ground Nutmeg

PARA SA CHOCOLATE SAUCE:
- 6 ounces maitim na tsokolate, tinadtad
- 1 kutsarita ng langis ng niyog

INSTRUCTIONS:
PARA SA CHURROS:
a) Sa isang malaking mangkok, pagsamahin ang harina, 1 kutsara ng chai spice mix, at 1 kutsarita ng asin. Haluin upang pagsamahin.
b) Sa isang hiwalay na mangkok, idagdag ang asukal ang natitirang chai spice mix, at asin. Haluin upang pagsamahin. Itabi.
c) Sa isang katamtamang kaldero sa katamtamang init, magdala ng gatas, mantikilya, ½ tasa ng tubig, at vanilla extract sa kumulo. Idagdag ang pinaghalong harina sa kaldero at, gamit ang isang kahoy na kutsara, haluin nang masigla hanggang sa magsama-sama ang masa, mga 1 minuto. Ilipat sa mangkok ng isang stand mixer at hayaan itong lumamig nang bahagya.

d) Gamit ang paddle attachment sa medium-low speed, idagdag ang itlog at talunin hanggang ang masa ay makinis at makintab mga 3 minuto. Punan ang kuwarta sa isang churro maker o isang inihandang pastry bag na may star tip.
e) Magdagdag ng langis sa isang malaking palayok, punan ito sa kalahati ng mga gilid, at init ito sa 325°F. I-twist ang churro maker na puno ng dough sa 4-inch long churros nang direkta sa mantika nang malumanay (o pipe the dough), at iprito hanggang sa maging golden brown ang mga ito sa lahat ng panig, sa loob ng mga 5 minuto. Ilipat ang mga ito sa isang baking sheet na nilagyan ng tuwalya ng papel. Ulitin sa natitirang kuwarta.
f) Ihagis ang mainit na churros sa nakareserbang chai-sugar mixture. Ihain kasama ng mainit na sarsa ng tsokolate.

PARA SA CHAI SPICE:
g) Sa isang gilingan ng pampalasa, magdagdag ng mga cinnamon stick, cloves, black pepper, at haras. Gumiling para sa 2 minuto sa isang makinis na pulbos. Magdagdag ng cardamom, luya, at nutmeg powder. Grind para sa 20 segundo hanggang sa ang lahat ay mahusay na incorporated.
h) Itabi ang chai spice mix sa lalagyan ng airtight at gamitin kung kinakailangan.

PARA SA CHOCOLATE SAUCE:
i) Ilagay ang maitim na tsokolate sa isang mangkok na ligtas sa microwave. Magdagdag ng langis ng niyog.
j) Init ang pinaghalong tsokolate sa microwave sa loob ng 30 segundo, pukawin ito, at ipagpatuloy ang pag-init at paghahalo sa maikling pagitan hanggang sa ganap na matunaw ang tsokolate.
k) Ihain ang chocolate sauce kasama ang churros. Enjoy!

49. Chai Spice Crackers

MGA INGREDIENTS:
- 1 tasang all-purpose na harina (120g)
- 1 kutsarang pinulbos na dahon ng itim na tsaa (mula sa mga bag ng tsaa)
- ½ kutsarita ng giniling na kanela
- ¼ kutsarita ng ground cardamom
- ¼ kutsarita ng giniling na luya
- ¼ kutsarita ng baking powder
- ¼ kutsarita ng asin
- 2 kutsarang unsalted butter, malamig at cubed
- ¼ tasa ng gatas (60mL)

INSTRUCTIONS:

a) Magsimula sa pamamagitan ng paunang pag-init ng iyong oven sa 350°F (180°C).
b) Sa isang mixing bowl, pagsamahin ang all-purpose flour, powdered black tea leaves, ground cinnamon, ground cardamom, ground ginger, baking powder, at asin. Haluin ang mga tuyong sangkap hanggang sa maihalo ang mga ito.
c) Idagdag ang malamig, cubed unsalted butter sa pinaghalong dry ingredient.
d) Gumamit ng pastry cutter o ang iyong mga daliri upang ilagay ang mantikilya sa pinaghalong harina hanggang sa ito ay maging katulad ng mga magaspang na mumo. Maaaring tumagal ng ilang minuto ang hakbang na ito.
e) Ibuhos ang gatas sa timpla at pukawin hanggang sa mabuo ang kuwarta. Ang kuwarta ay dapat na magkakasama at bahagyang malagkit.
f) Sa ibabaw ng floured, igulong ang kuwarta sa isang manipis, pantay na sheet. Maaari kang gumamit ng rolling pin para sa layuning ito. Layunin ang kapal na humigit-kumulang ⅛ pulgada.
g) Gumamit ng mga cookie cutter o kutsilyo upang gupitin ang kuwarta sa gusto mong hugis ng cracker. Ilagay ang mga hiwa na ito sa isang baking sheet na nilagyan ng parchment paper.
h) Ilagay ang baking sheet sa preheated oven at maghurno ng humigit-kumulang 10-12 minuto, o hanggang sa maging golden brown ang crackers. Pagmasdan ang mga ito dahil maaaring mag-iba ang oras ng pagluluto depende sa kapal.
i) Kapag naluto na, alisin ang mga crackers sa oven at hayaang lumamig nang buo sa wire rack. Sila ay magiging mas malutong habang sila ay lumalamig.

50. Chai Spiced Madeleines

MGA INGREDIENTS:
- ⅔ tasa ng unsalted butter, natunaw
- 2 kutsarang pulot
- 2 malalaking itlog
- ½ tasa ng butil na asukal
- 1 kutsarita purong vanilla extract
- 1 tasang all-purpose na harina
- 1 kutsarita ng baking powder
- 1 kutsarita ng giniling na kanela
- ½ kutsarita ng giniling na luya
- ¼ kutsarita ng ground cardamom
- ¼ kutsarita ng giniling na mga clove
- ¼ kutsarita ng ground black pepper
- Kurot ng asin
- Powdered sugar para sa pag-aalis ng alikabok (opsyonal)

INSTRUCTIONS:

a) Sa isang maliit na kasirola, tunawin ang unsalted butter sa katamtamang init hanggang sa ganap na matunaw. Haluin ang pulot at itabi upang bahagyang lumamig.

b) Sa isang mangkok ng paghahalo, haluin ang mga itlog at granulated na asukal hanggang sa mahusay na pinagsama at bahagyang mabula. Idagdag ang purong vanilla extract at haluin muli upang isama.

c) Sa isang hiwalay na mangkok, pagsamahin ang all-purpose na harina, baking powder, giniling na kanela, giniling na luya, giniling na cardamom, giniling na mga clove, giniling na itim na paminta, at isang pakurot ng asin. Haluing mabuti upang matiyak na ang mga pampalasa ay pantay na ipinamahagi.

d) Dahan-dahang idagdag ang mga tuyong sangkap sa pinaghalong itlog, dahan-dahang ihalo pagkatapos ng bawat karagdagan, hanggang sa makinis at maayos ang paghahalo ng batter.

e) Dahan-dahang ibuhos ang natunaw na mantikilya at pulot na pinaghalong sa batter, patuloy na pagpapakilos hanggang sa ganap itong maisama.

f) Takpan ang mangkok gamit ang plastic wrap at palamigin ang batter nang hindi bababa sa 2 oras, o mas mabuti sa magdamag. Ang pagpapalamig sa batter ay makakatulong sa pagbuo ng mga lasa at pagbutihin ang texture ng madeleines.
g) Painitin muna ang iyong oven sa 375°F (190°C). Ihanda ang iyong madeleine pan sa pamamagitan ng pagpapahid nito ng kaunting tinunaw na mantikilya o cooking spray. Kung gumagamit ng non-stick pan, maaaring hindi kailangan ang hakbang na ito.
h) Kunin ang pinalamig na batter mula sa refrigerator at bigyan ito ng banayad na paghaluin upang matiyak na ito ay mahusay na pinagsama. Kutsara ang humigit-kumulang 1 kutsara ng batter sa bawat hugis ng shell na lukab ng madeleine pan, pinupuno ang mga ito ng halos tatlong-kapat na puno.
i) Ilagay ang napunong madeleine pan sa preheated oven at maghurno ng 8-10 minuto, o hanggang sa tumaas ang madeleine at ang mga gilid ay ginintuang kayumanggi.
j) Alisin ang kawali mula sa oven at hayaang lumamig ang madeleines sa kawali sa loob ng isang minuto o dalawa bago maingat na ilipat ang mga ito sa isang wire rack upang ganap na lumamig.
k) Kung ninanais, lagyan ng powdered sugar ang mga pinalamig na madeleine para sa isang pagtatapos bago ihain.

51.Chai Spiced Roasted Nuts

MGA INGREDIENTS:
- 4 na tasa ng unsalted mixed nuts
- ¼ tasa ng maple syrup
- 3 kutsara ng tinunaw na langis ng niyog
- 2 kutsarang asukal sa niyog
- 3 kutsarita ng giniling na luya
- 2 kutsarita ng ground cinnamon
- 2 kutsarita ng ground cardamom
- 1 kutsarita ng ground allspice
- 1 kutsarita ng Purong Vanilla Powder
- ½ kutsarita ng asin
- ¼ kutsarita ng itim na paminta

INSTRUCTIONS:
a) Painitin muna ang iyong oven sa 325°F (163°C). Lagyan ng parchment paper ang isang rimmed baking sheet at itabi ito.
b) Sa isang malaking mangkok ng paghahalo, pagsamahin ang lahat ng mga sangkap maliban sa mga mani. Haluing mabuti para makabuo ng masarap na timpla.
c) Idagdag ang halo-halong mani sa mangkok at ihagis ang mga ito hanggang sa pantay-pantay ang mga ito sa pinaghalong spiced.
d) Ikalat ang pinahiran na mga mani sa inihandang baking sheet sa isang pantay na layer.
e) Inihaw ang mga mani sa preheated oven nang humigit-kumulang 20 minuto. Tandaan na paikutin ang kawali at pukawin ang mga mani sa kalahati ng oras ng pag-ihaw upang matiyak na pantay ang pagluluto.
f) Kapag tapos na, alisin ang mga inihaw na mani mula sa oven at hayaang lumamig nang buo.
g) Itago ang iyong chai-spiced roasted nuts sa isang lalagyan ng airtight sa temperatura ng kuwarto para sa masarap na meryenda.

52. Maple Chai Chex Mix

MGA INGREDIENTS:
- 4 na tasang Rice Chex
- 3 tasang Cinnamon Cheerios
- 1.5 tasa ng unsweetened coconut flakes (hinati)
- 1 tasa buong plain almonds
- 2 tasang pretzel sticks
- ¼ tasa ng inasnan na mantikilya
- 3 kutsarang brown sugar
- 1 tasang maple syrup (hinati)
- 4 na kutsarang chai spices (hinati)
- 1 kutsarita kosher salt (hinati)
- 2 tasang yogurt-covered pretzel

INSTRUCTIONS:
a) Painitin muna ang iyong oven sa 320°F (160°C) at lagyan ng parchment paper ang isang baking sheet sa mga gilid.
b) Sa isang malaking mangkok, pagsamahin ang Rice Chex, Cinnamon Cheerios, 1 tasa ng coconut flakes, whole almonds, at pretzel sticks. Haluing mabuti at itabi.
c) Sa isang maliit na kasirola sa katamtamang init, matunaw ang mantikilya.
d) Kapag natunaw na ang mantikilya, idagdag ang brown sugar, ¾ cup ng maple syrup, at 1 kutsarang chai spices sa kasirola. Paghaluin ang lahat at dalhin ito sa isang pigsa.
e) Alisin ang kasirola mula sa apoy at hayaan itong umupo ng 1 minuto, pagkatapos ay ibuhos ang timpla sa pinaghalong Chex.
f) Idagdag ang natitirang mga pampalasa ng chai sa mangkok at haluin hanggang ang lahat ng mga sangkap ay pantay na pinahiran ng pinaghalong tinunaw na mantikilya.
g) Ikalat ang pinahiran na timpla sa parchment paper-lined baking sheet, na tinitiyak ang isang pantay na layer.
h) Budburan ang timpla ng ½ kutsarita ng kosher salt at ilagay ang baking sheet sa oven. Maghurno ng 15 minuto.
i) Alisin ang baking sheet mula sa oven, ihagis ang timpla, at ikalat muli ito nang pantay-pantay sa baking sheet.

j) Ibuhos ang natitirang ¼ tasa ng maple syrup sa Chex mix at ibalik ito sa oven. Maghurno para sa karagdagang 15 minuto.
k) Ilabas ang Chex mix sa oven, iwisik ito ng natitirang ½ kutsarita ng kosher salt, at hayaang lumamig ng 10 minuto.
l) Pagkatapos lumamig nang bahagya, idagdag ang yogurt-covered pretzel at ang natitirang ½ tasa ng shaved coconut sa Chex mix. Dahan-dahang tiklupin ang mga sangkap, subukang iwanang buo ang ilang tipak.
m) Hayaang lumamig nang lubusan ang Maple Chai Chex Mix bago ito itago sa lalagyan na hindi mapapasukan ng hangin. Tangkilikin ang iyong masarap na meryenda!

53. Chai Spiced Rice Krispie Treats

MGA INGREDIENTS:
- ¼ kutsarita ng giniling na kanela
- ¼ kutsarita ng ground cardamom
- ¼ kutsarita ng giniling na mga clove
- ¼ kutsarita ng giniling na luya
- ¼ kutsarita ng ground star anise
- 1 kutsarang Earl Grey tea, pulbos
- 6 tasang Rice Krispie cereal
- 3 kutsarang unsalted butter, natunaw
- 10 onsa marshmallow

INSTRUCTIONS:
a) Iguhit ang isang 9x9 baking dish na may parchment paper.
b) Magsimula sa paggawa ng chai spice mix. Pagsamahin ang cardamom, cinnamon, cloves, luya, star anise, at Earl Grey tea sa isang gilingan ng pampalasa o food processor. Pulse hanggang ang mga spices ay giling sa pinong pulbos. Itabi.
c) Ilagay ang Rice Krispie cereal sa isang malaking mangkok at itabi ito.
d) Sa isang medium na kasirola sa katamtamang init, matunaw ang mantikilya. Idagdag ang chai spice mixture at marshmallows. Haluin hanggang ang lahat ay lubusang pinagsama.
e) Ibuhos ang chai-spiced marshmallow mixture sa Rice Krispie cereal mula sa hakbang 3. Haluin hanggang ang cereal ay pantay na pinahiran.
f) Sandok ang pinaghalong Rice Krispie sa inihandang 9x9 baking dish at pindutin ito gamit ang isang spatula upang pantay-pantay itong ipamahagi.
g) Itabi ang ulam at hayaan itong lumamig nang humigit-kumulang 10 minuto bago hiwain at ihain ang iyong masarap na Chai Spiced Rice Krispie Treats. Enjoy!

54. Chai Spice Energy Balls

MGA INGREDIENTS:
- 1 ½ tasang hilaw na kasoy (210g)
- ½ kutsarita ng kosher na asin
- 1 kutsarita ng kanela
- ½ kutsarita ng giniling na luya
- ¼ kutsarita ng cardamom
- 2 tasang Medjool date, inilagay sa pitted at nakaimpake (380g)

INSTRUCTIONS:
a) Ilagay ang mga kasoy at pampalasa sa isang food processor na nilagyan ng S blade. Proseso ng halos isang minuto.
b) Idagdag ang pitted Medjool date. Iproseso para sa karagdagang 1-2 minuto, hanggang sa magsimulang magkumpol ang timpla sa processor. Itigil ang processor at subukan ang timpla sa pamamagitan ng pagpiga ng kaunting halaga sa iyong palad; ito ay dapat na napakalambot at madaling magkadikit.
c) Pagulungin ang timpla sa 1 ¼-inch na bola, humigit-kumulang 30g bawat isa.
d) Itago ang mga bola ng enerhiya sa isang lalagyan ng airtight sa refrigerator o i-freeze ang mga ito.
e) Tangkilikin ang masarap na Chai Spice Energy Balls sa tuwing kailangan mo ng mabilis at masustansyang meryenda!

55. Chai-Spiced Snickerdoodles

MGA INGREDIENTS:
- ½ tasang asukal
- 2 kutsarita ng ground cardamom
- 2 kutsarita ng giniling na kanela
- ½ kutsarita ng giniling na luya
- ½ kutsarita ng giniling na mga clove
- ¼ kutsarita ng ground nutmeg
- ½ tasang mantikilya, pinalambot
- ½ tasa ng pagpapaikli
- 1 tasang asukal
- 2 malalaking itlog, temperatura ng silid
- 1 kutsarita vanilla extract
- 2-¾ tasang all-purpose na harina
- 2 kutsarita cream ng tartar
- 1 kutsarita ng baking soda
- Dash salt
- 1 pakete (10 ounces) cinnamon baking chips

INSTRUCTIONS:
a) Painitin muna ang oven sa 350°F (175°C).
b) Para sa spiced sugar, paghaluin ang unang 6 na sangkap.
c) Sa isang malaking mangkok, i-cream ang pinalambot na mantikilya, shortening, asukal, at 2 kutsara ng spiced sugar hanggang sa maging magaan at malambot ang timpla, na dapat tumagal ng mga 5-7 minuto.
d) Talunin ang mga itlog at banilya.
e) Sa isa pang mangkok, haluin ang harina, cream ng tartar, baking soda, at asin.
f) Dahan-dahang talunin ang mga tuyong sangkap sa creamed mixture.
g) Haluin ang cinnamon baking chips.
h) Palamigin ang kuwarta, na natatakpan, hanggang sa ito ay sapat na matibay upang hubugin, na dapat tumagal ng humigit-kumulang 1 oras.
i) Hugis ang kuwarta sa 1-pulgadang bola at igulong ang mga ito sa natitirang spiced na asukal.
j) Ilagay ang mga bola ng 2 pulgada sa pagitan ng mga greased baking sheet.
k) Maghurno hanggang sa maitakda ang mga ito, na dapat tumagal ng 11-13 minuto.
l) Alisin ang cookies mula sa mga kawali at hayaang lumamig sa mga wire rack.

56.Spiced Stovetop Popcorn

MGA INGREDIENTS:
- 1 kutsarang mantika
- ½ tasa (100 g) hilaw na butil ng popcorn
- 1 kutsarita ng magaspang na asin sa dagat
- 1 kutsarita garam masala, Chaat Masala o Sambhar Masala

INSTRUCTIONS:
a) Sa isang malalim at mabigat na kawali, initin ang mantika sa katamtamang init.
b) Idagdag ang mga butil ng popcorn.
c) Takpan ang kawali at gawing medium-low ang apoy.
d) Lutuin hanggang bumagal ang popping sound, 6 hanggang 8 minuto.
e) Patayin ang apoy at hayaang umupo ang popcorn na nakabukas ang takip para sa isa pang 3 minuto.
f) Budburan ng asin at masala. Ihain kaagad.
g) Gamit ang mga sipit, kumuha ng isang papad sa isang pagkakataon at init ito sa ibabaw ng stovetop. Kung mayroon kang gas stove, lutuin ito sa ibabaw mismo ng apoy, mag-ingat sa pagbubuga ng mga piraso na nasusunog. Patuloy na i-flip ang mga ito nang pabalik-balik hanggang sa maluto at malutong ang lahat ng bahagi. Kung gumagamit ng electric stove, initin ang mga ito sa wire rack na nakalagay sa ibabaw ng burner at patuloy na i-flip hanggang sa malutong. Mag-ingat—madali silang masunog.
h) Isalansan ang mga papad at ihain kaagad bilang meryenda o kasama ng hapunan.

57.Masala Papad

MGA INGREDIENTS:
- 1 (6–10 na bilang) na pakete na binili sa tindahan na papad (gawa sa lentil)
- 2 kutsarang mantika
- 1 katamtamang pulang sibuyas, binalatan at tinadtad
- 2 medium na kamatis, diced
- 1–2 berdeng Thai, serrano, o cayenne chiles, inalis ang mga tangkay, hiniwa nang pino
- 1 kutsarita Chaat Masala
- Red chile powder o cayenne, sa panlasa

INSTRUCTIONS:

a) Gamit ang mga sipit, kumuha ng isang papad sa isang pagkakataon at init ito sa ibabaw ng stovetop. Kung mayroon kang gas stove, lutuin ito sa ibabaw mismo ng apoy, mag-ingat sa pagbuga ng maliliit na piraso na nasusunog. Ang pinakamahusay na paraan upang lutuin ang mga ito ay patuloy na i-flip ang mga ito hanggang sa maluto at malutong ang lahat ng bahagi.

b) Kung gumagamit ng electric stove, initin ang mga ito sa wire rack na nakalagay sa ibabaw ng burner at patuloy na i-flip hanggang sa malutong. Mag-ingat—madali silang masunog.

c) Ilagay ang mga papad sa isang malaking tray.

d) Gamit ang isang pastry brush, bahagyang lagyan ng mantika ang bawat papad.

e) Sa isang maliit na mangkok, paghaluin ang sibuyas, kamatis, at sili.

f) Sandok ng 2 kutsara ng pinaghalong sibuyas sa bawat papad.

g) Itaas ang bawat papad na may sprinkle ng Chaat Masala at red chile powder. Ihain kaagad.

58.Inihaw na Masala Nuts

MGA INGREDIENTS:
- 2 tasa (276 g) hilaw na kasoy
- 2 tasa (286 g) hilaw na almendras
- 1 kutsarang garam masala, Chaat Masala o Sambhar Masala
- 1 kutsarita ng magaspang na asin sa dagat
- 1 kutsarang mantika
- ¼ tasa (41 g) gintong pasas

INSTRUCTIONS:
a) Magtakda ng oven rack sa pinakamataas na posisyon at painitin muna ang oven sa 425°F (220°C). Lagyan ng aluminum foil ang baking sheet para madaling linisin.
b) Sa isang malalim na mangkok, paghaluin ang lahat ng Sangkap maliban sa mga pasas hanggang ang mga mani ay pantay na pinahiran.
c) Ayusin ang pinaghalong nut sa isang solong layer sa inihandang baking sheet.
d) Maghurno ng 10 minuto, haluin nang dahan-dahan sa kalahati ng oras ng pagluluto upang matiyak na pantay-pantay ang pagkaluto ng mga mani.
e) Alisin ang kawali mula sa oven. Idagdag ang mga pasas at hayaang lumamig ang pinaghalong hindi bababa sa 20 minuto. Ang hakbang na ito ay mahalaga. Ang mga nilutong nuts ay nagiging chewy, ngunit bumabalik ang kanilang crunchiness kapag sila ay lumamig. Ihain kaagad o iimbak sa lalagyan na hindi tinatagusan ng hangin nang hanggang isang buwan.

59. Chai-Spiced Roasted Almonds at Cashews

MGA INGREDIENTS:
- 2 tasa (276 g) hilaw na kasoy
- 2 tasa (286 g) hilaw na almendras
- 1 kutsarang Chai Masala
- 1 kutsarang jaggery (gur) o brown sugar
- ½ kutsarita ng magaspang na asin sa dagat
- 1 kutsarang mantika

INSTRUCTIONS:
a) Magtakda ng oven rack sa pinakamataas na posisyon at painitin muna ang oven sa 425°F (220°C). Lagyan ng aluminum foil ang baking sheet para madaling linisin.
b) Sa isang malalim na mangkok, pagsamahin ang lahat ng Sangkap at haluing mabuti hanggang sa mapantayan ang mga mani.
c) Ayusin ang pinaghalong nut sa isang solong layer sa inihandang baking sheet.
d) Maghurno ng 10 minuto, paghahalo sa kalahati ng oras ng pagluluto upang matiyak na ang pinaghalong luto ay pantay.
e) Alisin ang baking sheet mula sa oven at hayaang lumamig ang pinaghalong mga 20 minuto. Ang hakbang na ito ay mahalaga. Ang mga nilutong nuts ay nagiging chewy, ngunit bumabalik ang kanilang crunchiness kapag sila ay lumamig.
f) Ihain kaagad o iimbak sa lalagyan na hindi tinatagusan ng hangin nang hanggang isang buwan.

60. Chai Spiced Roasted Nuts

MGA INGREDIENTS:
- 4 na tasa ng unsalted mixed nuts
- ¼ tasa ng maple syrup
- 3 kutsara ng tinunaw na langis ng niyog
- 2 kutsarang asukal sa niyog
- 3 kutsarita ng giniling na luya
- 2 kutsarita ng ground cinnamon
- 2 kutsarita ng ground cardamom
- 1 kutsarita ng ground allspice
- 1 kutsarita ng Purong Vanilla Powder
- ½ kutsarita ng asin
- ¼ kutsarita ng itim na paminta

INSTRUCTIONS:
a) Painitin muna ang iyong oven sa 325°F (163°C). Lagyan ng parchment paper ang isang rimmed baking sheet at itabi ito.
b) Sa isang malaking mangkok ng paghahalo, pagsamahin ang lahat ng mga sangkap maliban sa mga mani. Haluing mabuti para makabuo ng masarap na timpla.
c) Idagdag ang halo-halong mani sa mangkok at ihagis ang mga ito hanggang sa pantay-pantay ang mga ito sa pinaghalong spiced.
d) Ikalat ang pinahiran na mga mani sa inihandang baking sheet sa isang pantay na layer.
e) Inihaw ang mga mani sa preheated oven nang humigit-kumulang 20 minuto. Tandaan na paikutin ang kawali at pukawin ang mga mani sa kalahati ng oras ng pag-ihaw upang matiyak na pantay ang pagluluto.
f) Kapag tapos na, alisin ang mga inihaw na mani mula sa oven at hayaang lumamig nang buo.
g) Itago ang iyong chai-spiced roasted nuts sa isang lalagyan ng airtight sa temperatura ng kuwarto para sa masarap na meryenda.

61.Chickpea Poppers

MGA INGREDIENTS:
- 4 na tasang nilutong chickpeas o 2 12-onsa na lata na chickpeas
- 1 kutsarang garam masala, Chaat Masala o Sambhar Masala
- 2 kutsarita coarse sea salt 2 kutsarang mantika
- 1 kutsarita red chile powder, cayenne pepper, o paprika, at higit pa para sa pagwiwisik

INSTRUCTIONS:

a) Magtakda ng oven rack sa pinakamataas na posisyon at painitin muna ang oven sa 425°F (220°C). Lagyan ng aluminum foil ang baking sheet para madaling linisin.

b) Patuyuin ang mga chickpeas sa isang malaking colander sa loob ng mga 15 minuto upang maalis ang mas maraming kahalumigmigan hangga't maaari. Kung gumagamit ng de-lata, banlawan muna.

c) Sa isang malaking mangkok, dahan-dahang ihalo ang lahat ng Sangkap.

d) Ayusin ang napapanahong chickpeas sa isang layer sa baking sheet.

e) Magluto ng 15 minuto. Maingat na alisin ang tray mula sa oven, ihalo nang malumanay upang ang mga chickpeas ay maluto nang pantay, at magluto ng isa pang 10 minuto.

f) Hayaang lumamig ng 15 minuto. Budburan ng pulang chile powder, cayenne pepper, o paprika.

62. Hilagang Indian Hummus

MGA INGREDIENTS:
- 2 tasa (396 g) nilutong whole beans o lentil
- Juice ng 1 medium lemon
- 1 sibuyas na bawang, binalatan, pinutol at tinadtad nang magaspang
- 1 kutsarita ng magaspang na asin sa dagat
- 1 kutsarita ng ground black pepper
- ½ kutsarita ng Roasted Ground Cumin
- ½ kutsarita ng ground coriander
- ¼ tasa (4 g) tinadtad na sariwang cilantro
- ⅓ tasa (79 mL) at 1 kutsarang langis ng oliba
- 1–4 na kutsara (15–60 mL) na tubig
- ½ kutsarita ng paprika, para sa dekorasyon

INSTRUCTIONS:

a) Sa isang food processor, pagsamahin ang beans o lentils, lemon juice, bawang, asin, black pepper, cumin, coriander, at cilantro. Iproseso hanggang halo-halong mabuti.

b) Habang tumatakbo pa ang makina, idagdag ang langis. Patuloy na iproseso hanggang ang timpla ay mag-atas at makinis, pagdaragdag ng tubig kung kinakailangan, 1 kutsara sa isang pagkakataon.

DESSERT

63. Chai Tea Pot de Crème

MGA INGREDIENTS:
- 1 tasang mabigat na cream
- 1 tasang buong gatas
- 2 kutsarang maluwag na timpla ng chai tea
- ⅓ tasa ng light brown na asukal
- 4 malalaking pula ng itlog
- 1 kutsarita vanilla extract
- Isang kurot ng ground cinnamon at ground cardamom (opsyonal, para sa dagdag na lasa)

INSTRUCTIONS:
a) Painitin muna ang iyong oven sa 325°F (160°C). Maglagay ng takure o isang palayok ng tubig sa kalan upang pakuluan. Kakailanganin mo ito para sa paliguan ng tubig mamaya.
b) Sa isang katamtamang kasirola, pagsamahin ang mabigat na cream at buong gatas. Init ang timpla sa katamtamang init hanggang sa magsimula itong mag-steam, ngunit hindi kumulo. Alisin ang kasirola mula sa apoy.
c) Idagdag ang maluwag na timpla ng chai tea sa pinaghalong cream-milk. Kung gusto mong pagandahin ang mga lasa na may kanela at cardamom, magdagdag din ng isang kurot ng bawat isa sa pinaghalong. Haluin nang malumanay upang matiyak na ang tsaa ay ganap na nahuhulog.
d) Hayaang matarik ang chai tea sa pinaghalong cream-milk nang mga 10-15 minuto. Kung mas mahaba ka, mas malakas ang lasa ng chai.
e) Habang pinipiga ang tsaa, sa isang hiwalay na mangkok ng paghahalo, haluin ang mga pula ng itlog at mapusyaw na kayumangging asukal hanggang sa makinis at mag-atas ang timpla.
f) Kapag tumibok na ang tsaa, ibuhos ang cream-milk mixture sa pamamagitan ng fine-mesh sieve upang alisin ang mga dahon ng tsaa at anumang pampalasa. Dapat kang magkaroon ng isang makinis, infused na likido.
g) Dahan-dahang ibuhos ang pinaghalong cream-milk na may chai-infused sa mangkok na may mga pula ng itlog at asukal, patuloy

na kumulo habang nagbubuhos. Ito ay upang palamigin ang mga itlog, na tinitiyak na hindi sila mag-aagawan mula sa init.

h) Pukawin ang vanilla extract sa pinaghalong. Ang vanilla ay makadagdag sa mga lasa ng chai at magdagdag ng lalim sa dessert.

i) Ngayon, oras na para ihanda ang iyong mga ramekin o custard cup. Hatiin ang pinaghalong pantay sa apat na 6-onsa na ramekin.

j) Ilagay ang mga napunong ramekin sa isang malaking baking dish o roasting pan. Gumawa ng isang paliguan ng tubig sa pamamagitan ng maingat na pagbuhos ng mainit na tubig sa mas malaking ulam hanggang umabot ito sa halos kalahati ng mga gilid ng ramekin.

k) Maingat na ilipat ang baking dish na may mga ramekin sa preheated oven. Maghurno ng humigit-kumulang 30-35 minuto o hanggang sa maitakda ang mga gilid ngunit bahagyang jiggly pa rin ang gitna.

l) Kapag tapos na, alisin ang mga ramekin mula sa paliguan ng tubig at hayaan silang lumamig sa temperatura ng silid nang ilang sandali.

m) Takpan ang mga ramekin ng plastic wrap at palamigin nang hindi bababa sa 2 oras o hanggang sa sila ay lubusang lumamig at maitakda.

n) Bago ihain, maaari mong palamutihan ang Chai Tea Pot de Crème ng isang sprinkle ng ground cinnamon o isang dollop ng whipped cream kung gusto.

64. Chai Tea Infused Brownies

MGA INGREDIENTS:
- 2 chai tea bag
- 1 tasang unsalted butter
- 2 tasang granulated sugar
- 4 malalaking itlog
- 1 kutsarita vanilla extract
- 1 tasang all-purpose na harina
- ½ tasa ng pulbos ng kakaw
- ¼ kutsarita ng asin
- ½ tasa tinadtad na pecans o walnuts (opsyonal)

INSTRUCTIONS:
a) Painitin muna ang iyong oven sa 350°F at lagyan ng grasa ang isang 9x13-inch na baking dish.
b) Matunaw ang mantikilya sa isang kasirola sa mababang init. Idagdag ang mga laman ng chai tea bags at hayaang mag-infuse ng ilang minuto. Alisin ang mga bag ng tsaa at hayaang lumamig nang bahagya ang mantikilya.
c) Sa isang mixing bowl, pagsamahin ang tinunaw na mantikilya, asukal, itlog, at vanilla extract. Haluing mabuti.
d) Sa isang hiwalay na mangkok, haluin ang harina, cocoa powder, at asin. Dahan-dahang idagdag ang mga tuyong sangkap sa mga basang sangkap at haluin hanggang sa pagsamahin lamang.
e) I-fold ang mga tinadtad na mani (kung ginagamit).
f) Ibuhos ang batter sa inihandang baking dish at ikalat ito nang pantay-pantay.
g) Maghurno ng humigit-kumulang 25-30 minuto, o hanggang lumabas ang isang toothpick na ipinasok sa gitna na may kasamang ilang basa-basa na mumo.
h) Hayaang lumamig ang brownies bago hiwain ng mga parisukat.

65. Chai Spiced Flan

MGA INGREDIENTS:
- 1 tasang asukal
- 1 ½ tasang mabigat na cream
- ½ tasa ng buong gatas
- 6 malalaking pula ng itlog
- ¼ kutsarita ng asin
- 2 chai tea bag
- 1 cinnamon stick
- ½ kutsarita ng giniling na luya
- ¼ kutsarita ng giniling na mga clove

MGA TAGUBILIN

a) Painitin muna ang oven sa 325°F.
b) Sa isang katamtamang kasirola, initin ang asukal sa katamtamang apoy, patuloy na pagpapakilos hanggang sa ito ay matunaw at maging ginintuang kayumanggi.
c) Ibuhos ang natunaw na asukal sa isang 9-pulgadang flan mold, umiikot upang mabalot ang ilalim at gilid ng amag.
d) Sa isang maliit na kasirola, painitin ang mabibigat na cream, buong gatas, chai tea bag, cinnamon stick, luya, clove, at asin sa katamtamang init, patuloy na pagpapakilos hanggang sa kumulo.
e) Alisin mula sa init at hayaang matarik ng 10 minuto.
f) Sa isang hiwalay na mangkok, haluin ang mga pula ng itlog.
g) Alisin ang mga bag ng tsaa at cinnamon stick mula sa pinaghalong cream at ibuhos ang pinaghalong sa pamamagitan ng isang fine-mesh salaan sa mga pula ng itlog, patuloy na kumulo.
h) Ibuhos ang timpla sa flan mold.
i) Ilagay ang amag sa isang malaking baking dish at punuin ang ulam ng sapat na mainit na tubig upang makarating sa kalahati ng mga gilid ng amag.
j) Maghurno sa loob ng 50-60 minuto o hanggang sa ma-set ang flan at bahagyang gumalaw kapag inalog.
k) Alisin mula sa oven at hayaang lumamig sa temperatura ng silid bago palamigin nang hindi bababa sa 2 oras o magdamag.
l) Upang maghain, magpatakbo ng kutsilyo sa paligid ng mga gilid ng amag at ibalik ito sa isang serving platter.

66.Chai Nut Ice Cream sandwich

MGA INGREDIENTS:
- 2 tasang soy o hemp milk (full fat)
- ¾ tasa evaporated cane sugar
- ¼ kutsarita ng giniling na kanela
- ¼ kutsarita ng giniling na luya
- 1 kutsarita vanilla extract
- 1½ tasang hilaw na kasoy
- 4 na bag ng tsaa ng chai
- 1/16 kutsarita ng guar gum

INSTRUCTIONS:
a) Sa isang malaking kasirola, pagsamahin ang gatas at asukal. Sa katamtamang init, pakuluan ang pinaghalong, madalas na whisking.
b) Kapag umabot na sa pigsa, ibaba ang apoy sa medium-low at patuloy na whisk hanggang sa matunaw ang asukal, mga 5 minuto.
c) Alisin mula sa init, idagdag ang kanela, luya, at banilya, at ihalo upang pagsamahin.
d) Ilagay ang mga kasoy at mga chai tea bag sa ilalim ng isang mangkok na lumalaban sa init at ibuhos ang mainit na pinaghalong gatas sa kanila. Hayaang lumamig nang lubusan. Kapag lumamig, pisilin ang mga bag ng tsaa at itapon ang mga ito.
e) Ilipat ang pinaghalong sa isang food processor o high-speed blender at iproseso hanggang makinis, huminto sa pagkayod sa mga gilid kung kinakailangan.
f) Sa pagtatapos ng iyong pagproseso, iwiwisik ang guar gum at siguraduhing maayos itong isinama.
g) Ibuhos ang timpla sa mangkok ng isang 1½- o 2-quart na gumagawa ng ice cream at iproseso ayon sa mga tagubilin ng gumawa. Mag-imbak sa isang lalagyan ng airtight sa freezer nang hindi bababa sa 2 oras bago tipunin ang mga sandwich.

PARA GAWIN ANG SANDWICHES
h) Hayaang lumambot ng bahagya ang ice cream para madaling sandok. Ilagay ang kalahati ng cookies, ibaba pataas, sa isang

malinis na ibabaw. Mag-scoop ng isang masaganang scoop ng ice cream, mga ⅓ cup, sa tuktok ng bawat cookie.
i) Itaas ang ice cream kasama ang natitirang cookies, na ang ilalim ng cookie ay nakadikit sa ice cream. Dahan-dahang pindutin ang cookies upang i-level ang mga ito.
j) I-wrap ang bawat sandwich sa plastic wrap o waxed paper at ibalik sa freezer nang hindi bababa sa 30 minuto bago kumain.

67. Indian Masala Chai Affogato

MGA INGREDIENTS:
- 1 scoop ng masala chai gelato o ice cream
- 1 shot ng chai tea
- dinurog na mga buto ng cardamom
- durog na pistachios

MGA TAGUBILIN
a) Maglagay ng isang scoop ng masala chai gelato o ice cream sa isang serving glass.
b) Ibuhos ang isang shot ng chai tea sa ibabaw ng gelato.
c) Budburan ng durog na buto ng cardamom.
d) Palamutihan ng durog na pistachios.
e) Ihain kaagad at tikman ang mainit at mabangong lasa ng Indian masala chai.

68. Chai-Coconut Milk Boba Popsicles

MGA INGREDIENTS:
- 1 tasang inihanda si Boba
- 8 ounces ng Chai concentrate
- 8 ounces ng Coconut Milk
- 10 popsicle sticks

INSTRUCTIONS:

a) Upang maghanda ng Boba: Alinman sa sundin ang mga direksyon sa pakete o kung bibili ito nang maramihan, pagsamahin ang ¾ tasa ng pinatuyong boba sa 6 na tasang tubig na kumukulo. Kapag ang boba ay nagsimulang lumutang (sa loob lamang ng ilang minuto), gawing katamtaman ang apoy at hayaan itong kumulo sa loob ng 12 minuto. Pagkatapos ng 12 minuto, patayin ang apoy at hayaang maupo ang boba sa pinainit na tubig sa loob ng 15 karagdagang minuto. Alisin gamit ang isang slotted na kutsara.

b) Pagsamahin ang boba, chai, at gata ng niyog sa isang mangkok o garapon at hayaang umupo ng 30 minuto.

c) Pagkatapos ng tatlumpung minuto, salain ang likido mula sa boba, inilalaan ang likido. Pantay-pantay na kutsara ang boba sa popsicle molds.

d) Ilagay ang pinaghalong chai-milk sa isang measuring cup o ibang lalagyan na may spout para mas mapadali ang pagbuhos. Ibuhos nang pantay-pantay ang chai sa mga popsicle molds.

e) Ilagay ang takip ng popsicle mold sa ibabaw ng mga filled molds. Magdagdag ng isang sheet ng foil sa ibabaw ng takip upang makatulong na ma-secure ang mga popsicle sticks. Ipasok ang mga stick sa mga hulma at ilagay ang mga ito sa freezer. I-freeze nang buo.

f) Upang alisin ang mga popsicle mula sa mga amag, patakbuhin ang mga amag (hindi ang nakalantad na tuktok na may stick) sa ilalim ng mainit na tubig sa loob ng ilang segundo hanggang sa madaling maalis ang mga popsicle.

69. Mga Cupcake ng Chai Latte

MGA INGREDIENTS:
PARA SA CHAI SPICE MIX:
- 2 at ½ kutsarita ng giniling na kanela
- 1 at ¼ kutsarita ng giniling na luya
- 1 at ¼ kutsarita ng ground cardamom
- ½ kutsarita ng ground allspice

PARA SA MGA CUPCAKE:
- 1 bag ng chai tea
- ½ tasa (120ml) buong gatas, sa temperatura ng kuwarto
- 1 at ¾ tasa (207g) na harina ng cake (kutsara at pinatag)
- 3 at ½ kutsarita ng chai spice mix (sa itaas)
- ¾ kutsarita ng baking powder
- ¼ kutsarita ng baking soda
- ¼ kutsarita ng asin
- ½ tasang unsalted butter, pinalambot
- 1 tasa ng butil na asukal
- 3 malalaking puti ng itlog, sa temperatura ng silid
- 2 kutsarita purong vanilla extract
- ½ tasa ng sour cream o plain yogurt, sa temperatura ng kuwarto

PARA SA CHAI SPICE BUTTERCREAM:
- 1 at ½ tasang unsalted butter, pinalambot
- 5.5 – 6 tasa ng asukal sa mga confectioner
- 2 kutsarita chai spice mix, hinati
- ¼ tasa ng mabigat na cream
- 2 kutsarita purong vanilla extract
- Isang kurot ng asin

OPSYONAL PARA SA GARNISH:
- Cinnamon sticks

INSTRUCTIONS:
Ihanda ang CHAI SPICE MIX:
a) Pagsamahin ang lahat ng chai spices upang lumikha ng spice mix. Kakailanganin mo ng 5 at ½ kutsarita sa kabuuan para sa batter ng cupcake, buttercream, at garnish.
b) Init ang gatas hanggang mainit (ngunit hindi kumukulo), pagkatapos ay ibuhos ito sa chai tea bag. Pahintulutan itong

matarik sa loob ng 20-30 minuto. Siguraduhing nasa room temperature ang chai milk bago ito gamitin sa batter ng cupcake. Maaari itong ihanda sa araw bago at palamigin.

c) Painitin muna ang oven sa 350°F (177°C) at lagyan ng muffin pan ang mga cupcake liner. Maghanda ng pangalawang kawali na may 2-3 liner bilang recipe na ito

GAWIN ANG CUPCAKES:

d) Sa isang hiwalay na mangkok, haluin ang harina ng cake, 3 at ½ kutsarita ng chai spice mix, baking powder, baking soda, at asin. Itabi ang tuyong pinaghalong ito.

e) Gamit ang handheld o stand mixer, talunin ang mantikilya at granulated sugar hanggang sa makinis at mag-atas (mga 2 minuto). Kuskusin ang mga gilid ng mangkok kung kinakailangan. Idagdag ang mga puti ng itlog at ipagpatuloy ang paghampas hanggang sa pinagsama (mga 2 minuto pa). Paghaluin ang sour cream at vanilla extract.

f) Sa mababang bilis, unti-unting idagdag ang mga tuyong sangkap sa wet mixture. Haluin hanggang ma-incorporate lang. Pagkatapos, habang mababa pa ang mixer, dahan-dahang ibuhos ang gatas ng chai, halo-halong hanggang sa pagsamahin lang. Iwasan ang labis na paghahalo; ang batter ay dapat na bahagyang makapal at mabango.

g) Hatiin ang batter sa mga cupcake liner, punan ang bawat isa nang halos ⅔ puno.

h) Maghurno ng 20-22 minuto, o hanggang sa malinis na lumabas ang isang toothpick na ipinasok sa gitna.

i) Para sa mga mini cupcake, maghurno ng mga 11-13 minuto sa parehong temperatura ng oven. Hayaang lumamig nang lubusan ang mga cupcake bago i-frost.

j) Gawin ang Chai Spice Buttercream: Gamit ang handheld o stand mixer na nilagyan ng paddle attachment, talunin ang pinalambot na mantikilya sa katamtamang bilis hanggang sa mag-atas (mga 2 minuto). Magdagdag ng 5½ tasa (660g) ng asukal sa mga confectioner, mabigat na cream, 1¾ kutsarita ng chai spice mix, vanilla extract, at isang kurot ng asin.

k) Magsimula sa mababang bilis sa loob ng 30 segundo, pagkatapos ay tumaas sa mataas na bilis at talunin ng 2 minuto. Kung ang frosting ay mukhang curdled o greasy, magdagdag ng higit pang asukal ng confectioner upang makakuha ng isang makinis na consistency.
l) Maaari kang magsama ng hanggang sa karagdagang ½ tasa ng asukal sa mga confectioner kung kinakailangan. Kung ang frosting ay masyadong makapal, magdagdag ng isang kutsara ng cream. Tikman at ayusin ang asin kung ang frosting ay sobrang matamis.
m) I-frost ang mga pinalamig na cupcake at palamutihan ayon sa gusto. Gumamit ng Wilton 8B piping tip, pagdaragdag ng cinnamon sticks para sa dekorasyon, at pag-aalis ng alikabok na may halo ng natitirang chai spice mix at isang kurot ng granulated sugar.
n) Itabi ang anumang natira sa refrigerator nang hanggang 5 araw.
o) I-enjoy ang iyong homemade chai latte cupcakes!

70. Masala Chai Panna Cotta

MGA INGREDIENTS:
- ¼ tasa ng Gatas
- 1 kutsarang dahon ng tsaa
- 1 cinnamon stick
- 2 cloves Cardamom
- ½ kutsarita ng Nutmeg
- 2 tasang sariwang cream
- ⅓ tasa ng Asukal
- Isang kurot ng Black pepper
- 1 kutsarita Vanilla extract
- 1 kutsarita Gelatine
- 3 kutsarang malamig na tubig

INSTRUCTIONS:
a) Magsimula sa pamamagitan ng pagpapahid sa loob ng apat na anim na onsa na ramekin na may kaunting mantika. Punasan ang mga ito upang maalis ang anumang labis na langis.
b) Sa isang kasirola, pagsamahin ang gatas, dahon ng tsaa, cinnamon, cardamom, at nutmeg. Pakuluan ito, pagkatapos ay bawasan ang apoy at hayaang kumulo ng 2-3 minuto.
c) Magdagdag ng cream, asukal, at isang kurot ng itim na paminta sa kasirola. Haluin sa mahinang apoy hanggang sa tuluyang matunaw ang asukal. Ihalo sa vanilla extract.
d) Habang ang timpla ay kumukulo, pamumulaklak ang gelatin sa pamamagitan ng pagdaragdag nito sa malamig na tubig. Kapag ito ay ganap na namumulaklak, isama ito sa panna cotta mixture, siguraduhing maayos itong pinagsama.
e) Salain ang pinaghalong gamit ang isang salaan at cheesecloth upang alisin ang anumang natitirang sediment. Hatiin ang makinis na timpla na ito sa mga inihandang ramekin at hayaang lumamig sa temperatura ng kuwarto. Pagkatapos, palamigin ang mga ito nang hindi bababa sa 3 oras, ngunit maaari silang palamigin nang hanggang isang araw.
f) Upang alisin ang amag ng panna cotta, dahan-dahang magpatakbo ng kutsilyo sa mga gilid ng bawat ramekin. Pagkatapos, saglit na isawsaw ang mga ramekin sa maligamgam na tubig nang mga 3-4 segundo. Pahintulutan silang umupo ng isa pang 5 segundo at pagkatapos ay ibalik sila sa isang plato. Mag-tap nang mahina para matulungan ang paglabas ng panna cotta.
g) Masiyahan sa iyong katangi-tanging Masala Chai Panna Cotta!

71.Chai-Spiced Rice Pudding

MGA INGREDIENTS:
PARA SA BIGAS:
- 1 ½ tasang tubig
- 1 (3-pulgada) na cinnamon stick
- 1 buong star anise
- 1 tasang jasmine rice

PARA SA PUDING:
- 1 ¼ kutsarita ng giniling na kanela, at higit pa para sa dekorasyon
- 1 kutsaritang giniling na luya
- ¾ kutsarita ng ground cardamom
- ½ kutsarita ng kosher na asin
- Kurot ng ground black pepper
- 1 kutsarita vanilla extract
- 3 (13 ½-onsa) na lata ng unsweetened coconut milk, hinati
- 1 tasang naka-pack na brown sugar
- Mga toasted coconut flakes, opsyonal na palamuti

INSTRUCTIONS:
a) Sa isang 4-quart pot, pagsamahin ang tubig, cinnamon stick, at star anise, at pakuluan ang tubig sa katamtamang init. Idagdag ang bigas at bawasan ang apoy sa mahina. Takpan ang kaldero at pasingawan hanggang sa hindi na malutong, mga 15 minuto.

b) Sa isang maliit na mangkok, pagsamahin ang mga pampalasa. Idagdag ang vanilla extract at ¼ cup ng gata ng niyog sa mga pampalasa, at haluin upang makagawa ng makinis na paste. Pinipigilan nito ang mga pampalasa mula sa pagsasama-sama kapag idinagdag mo ang mga ito sa steamed rice.

c) Kapag natapos na ang kanin sa pagluluto, magdagdag ng 4 na tasa ng gata ng niyog at ang spice paste sa kaldero. Kuskusin ang ilalim ng kaldero upang lumuwag ang anumang bigas na maaaring nakaipit.

d) Dalhin ang timpla sa mahinang kumulo sa mahinang apoy, walang takip, at lutuin nang hindi hinahalo sa loob ng 15 minuto. Ang ibabaw ng rice pudding ay dapat bumuo ng maliliit na bula; kung masisira ng malaki, mabilis na gumagalaw na mga bula ang ibabaw ng gatas, babaan ang temperatura. Huwag haluin dahil ayaw mong masira ang kanin. Mabubuo ang balat sa ibabaw, pero ayos lang!

e) Pagkatapos ng 15 minuto, idagdag ang brown sugar at pukawin ang puding (halos din ang anumang balat na nabuo). Kapag kiskis mo ang ilalim ng palayok, ito ay tutunog na parang kaluskos na papel. Kumulo para sa isa pang 20 minuto, pagpapakilos nang madalas, o hanggang sa lumapot ang puding sa pagkakapare-pareho ng mayonesa.

f) Alisin ang cinnamon stick at star anise sa puding at itapon. Ilipat ang puding sa isang mababaw na ulam (tulad ng pie plate o casserole dish) at palamigin nang walang takip hanggang lumamig, hindi bababa sa 3 oras o hanggang magdamag.

g) Bago ihain, haluin ang natitirang gata ng niyog. Sandok ang puding sa mga indibidwal na serving dish at palamutihan ng isang sprinkle ng ground cinnamon at toasted coconut flakes.

h) Itago ang anumang natira sa isang nakatakip na lalagyan sa refrigerator hanggang sa 3 araw.

72.Chai Cheesecake

MGA INGREDIENTS:
CHAI SPICE MIXTURE
- 1 Kutsaritang Ground Ginger
- 1 Kutsarita ng Ground Cinnamon
- ½ Kutsarita bawat isa sa Ground Cloves, Nutmeg, at Cardamom

CRUST
- 7 ounces Biscoff/Speculoos Biscuits, pinong durog
- 1 ounces Mantikilya, natunaw
- 1 ½ Kutsarita ng Chai Spice Mix

CHEESECAKE FILLING
- 16 ounces Cream Cheese, pinalambot
- ½ tasang nagtatambak ng Granulated Sugar
- 2 ounces Sour Cream
- 1 onsa ng Heavy Cream
- 1 Vanilla Bean Pod, kinamot
- 2 Kutsarita ng Chai Spice Mix
- 2 Malaking Itlog, sa temperatura ng silid

TOPPING
- 8 ounces Malakas na Whipping Cream
- 1 Kutsarita ng Vanilla Extract
- 2 Kutsarang Powdered Sugar
- 2 Kutsarita ng Dry Milk Powder

INSTRUCTIONS:
CHAI SPICE MIXTURE
a) Painitin muna ang oven sa 350F at lagyan ng grasa ang isang 8-inch springform pan o 8-inch na pan na may naaalis na ilalim. Itabi ito.
b) Sa isang maliit na mangkok, pagsamahin ang giniling na luya, kanela, cloves, nutmeg, at cardamom. Haluin hanggang sa maayos na pinagsama. Itabi.

CUSTO
c) Sa isang food processor, idagdag ang Biscoff biscuits at pulso hanggang sa maging pinong mumo.

d) Sa isang malaking mangkok, idagdag ang mga mumo, 1 ½ kutsarita ng Chai Spices, at tinunaw na mantikilya. Paghaluin upang pagsamahin.
e) Pindutin nang pantay ang pinaghalong pataas sa gilid at ibaba ng kawali. Maghurno ng 10 minuto sa oven.

CHEESECAKE
f) Magdagdag ng cream cheese sa mangkok ng electric mixer na nilagyan ng paddle attachment. Talunin ng isang minuto.
g) Magdagdag ng asukal, sour cream, heavy cream, vanilla beans, at 2 kutsarita ng Chai Spice. Haluin hanggang sa pinagsama.
h) Kapag pinagsama, magdagdag ng mga itlog nang paisa-isa, hanggang sa pinagsama. Iwasan ang labis na paghahalo upang maiwasan ang mga bitak.
i) Ibuhos ang cheesecake mixture sa prebaked crust.
j) Ilagay ang kawali sa isang 10-pulgadang bilog na kawali o balutin ang isang makapal na layer ng foil sa paligid at pataas sa mga gilid ng kawali (pinipigilan nito ang pagpasok ng tubig sa loob ng kawali).
k) Ilagay ang mga pan sa isang roasting pan at ibuhos ang tubig sa roasting pan hanggang sa ito ay nasa kalahati ng mga gilid ng cheesecake pans. Mag-ingat na huwag magwiwisik ng tubig sa loob ng cheesecake.
l) Maghurno sa loob ng 60-70 minuto, o hanggang sa gitna na lang ng cheesecake ang gumagalaw.

m) Kapag naluto na, patayin ang oven at hayaang lumamig ang cheesecake sa loob ng oven sa loob ng 1 oras. Pagkatapos ay palamig sa counter para sa isang karagdagang oras at palamigin nang hindi bababa sa 8 oras. Ang magdamag ay pinakamahusay.

TOPPING

n) Sa mangkok ng electric mixer na may whisk attachment, talunin ang heavy cream, vanilla extract, powdered sugar, at dry milk powder hanggang sa mabuo ang stiff peak.

o) Sa isang piping bag na nilagyan ng star tip, magdagdag ng whipped cream at i-pipe ito sa pinalamig na cheesecake.

p) Budburan ang natitirang Chai spices sa ibabaw ng cheesecake at whipped cream.

q) Itabi sa refrigerator.

73. Masala Chai Tiramisu

MGA INGREDIENTS:
PARA SA MASALA CHAI:
- 1 tasa kalahati at kalahati o buong gatas
- ¼ tasa ng mabigat na cream
- ½ pulgadang sariwang luya, pinukpok ng magaspang sa isang mortar pestle
- 1.5 kutsarang maluwag na itim na tsaa o 3 itim na bag ng tsaa
- 1 kutsarita chai masala
- 2 kutsarang asukal

PARA SA MASCARPONE WHIPPED CREAM:
- 8 ounces mascarpone cheese sa temperatura ng kuwarto
- 1.5 tasa ng mabigat na cream
- ½ tasa ng butil na asukal (maaaring bumaba sa ⅓ tasa)
- 1.5 kutsarita ng chai masala
- 20 ladyfingers

PARA kay CHAI MASALA:
- 8 berdeng cardamom pods
- 2 clove
- Kurot ng anise powder
- ¼ kutsarita ng nutmeg, bagong gadgad
- ¼ kutsarita ng black pepper powder
- ½ kutsarita ng giniling na kanela

INSTRUCTIONS:
GAWIN ANG CHAI MASALA:
a) Buksan ang mga cardamom pod at durugin ang mga buto kasama ng mga clove sa mortar at pestle o gumamit ng dedikadong spice/coffee grinder.
b) Sa isang maliit na mangkok, paghaluin ang pulbos na cardamom at cloves na may anise, nutmeg, black pepper powder, at ground cinnamon. Handa na ang iyong chai masala.

GUMAWA NG MASALA CHAI:
c) Sa isang maliit na palayok, pagsamahin ang kalahati at kalahati at mabigat na cream. Ilagay sa isang kalan. Kapag nakakita ka ng mga bula sa mga gilid ng palayok, idagdag ang luya, chai masala, dahon ng itim na tsaa, at asukal.

d) Hayaang kumulo at pagkatapos ay bawasan ang apoy sa mababang katamtaman. Hayaang maluto ang chai sa loob ng 5-8 minuto. Panatilihin ang malapit na mata upang maiwasan ang pagkasunog.
e) Kapag ang chai ay na-brewed na at makapal at may matinding kayumangging kulay, salain ito gamit ang isang tea strainer sa isang malaking tasa at hayaan itong lumamig.
f) Mabubuo ang isang pelikula habang lumalamig ang chai, na natural, kaya pilitin itong muli sa isang maliit na ulam.

GAWIN ANG WHIPPED MASCARPONE:
g) Idagdag ang pinalambot na mascarpone kasama ang chai masala at 2-3 kutsara ng mabigat na cream. Talunin sa medium gamit ang stand mixer o hand mixer sa loob ng 30-45 segundo hanggang sa bahagyang malambot.
h) Idagdag ang natitirang bahagi ng mabibigat na cream sa mangkok at talunin hanggang makakita ka ng malambot na mga taluktok. Dahan-dahang idagdag ang asukal at ipagpatuloy ang paghampas hanggang sa makakita ka ng stiff peak.

MAGTITIPON ANG TIRAMISU:
i) Isawsaw ang ladyfingers sa masala chai sa loob ng maximum na 3 segundo (kung hindi, mababad sila). I-layer ang mga ito sa isang layer sa ilalim ng isang 8x8 pan. Iwasan ang pag-empake ng ladyfingers ng masyadong mahigpit.
j) Idagdag ang kalahati ng whipped mascarpone mixture sa ibabaw ng ladyfingers. Pakinisin ito gamit ang isang spatula.
k) Ulitin gamit ang isa pang layer ng chai-dipped ladyfingers. Ilagay ang natitirang mascarpone mixture sa ibabaw at gumamit ng spatula para pakinisin ito.
l) Takpan ang kawali na may cling film at palamigin nang hindi bababa sa 6 na oras (mas mabuti magdamag).
m) Alikabok ng kaunting chai masala bago ihain.

74. Chai Spice Apple Crisp

MGA INGREDIENTS:
PARA SA CHAI SPICE APPLE FILLING:
- 10 katamtamang laki ng mansanas, binalatan at hiniwa sa ¼" na hiwa
- 2 kutsarita sariwang lemon juice
- 2 kutsarang all-purpose na harina
- ½ tasa ng butil na asukal
- 1 at ½ kutsarita ng giniling na kanela
- 1 kutsaritang giniling na luya
- ½ kutsarita ng nutmeg
- ¼ kutsarita cloves
- ¼ kutsarita ng allspice
- ¼ kutsarita ng ground cardamom
- ⅛ kutsarita ng ground black pepper

PARA SA OATMEAL CHAI CRISP TOPPING:
- 8 ounces unsalted butter, sa room temperature, gupitin sa mga cube
- 1 at ½ tasa ng mga lumang oats
- ¾ tasa ng butil na asukal
- ¾ tasa ng light brown na asukal, mahigpit na nakaimpake
- ¾ kutsarita ng giniling na kanela
- ½ kutsarita ng giniling na luya
- ¼ kutsarita ng giniling na mga clove
- ¼ kutsarita ng allspice
- ¼ kutsarita ng ground cardamom
- ⅛ kutsarita ng ground black pepper
- 1 tasang all-purpose na harina

INSTRUCTIONS:
PARA SA CHAI SPICE APPLE FILLING:
a) Painitin muna ang oven sa 375 degrees (F). Bahagyang lagyan ng mantika ang isang 9x13-inch na baking dish.
b) Ilagay ang hiniwang mansanas sa isang malaking mangkok at ihagis ang lemon juice.

c) Sa isang medium na mangkok, pagsamahin ang harina, asukal, at pampalasa. Iwiwisik ang halo na ito sa ibabaw ng mga mansanas at ihagis ng mabuti sa coat.
d) Ibuhos ang pinaghalong mansanas sa inihandang baking dish at itabi habang ginagawa mo ang crumb topping.

PARA SA OATMEAL CHAI CRISP TOPPING:

e) Sa isang malaking mangkok, pagsamahin ang mga oats, asukal, pampalasa, at harina.
f) Idagdag ang cubed butter at, gamit ang dalawang tinidor o pastry blender, gupitin ang mantikilya sa mga tuyong sangkap hanggang ang timpla ay maging katulad ng isang magaspang na pagkain.
g) Iwiwisik ang topping nang pantay-pantay sa mga mansanas.
h) Ilagay ang kawali sa oven at maghurno sa loob ng 45 hanggang 50 minuto, o hanggang ang tuktok ay maging ginintuang kayumanggi at ang mga mansanas ay bumubula.
i) Alisin mula sa oven at ilagay ang kawali sa isang cooling rack. Ihain nang mainit, mas mabuti na may ice cream.

75. Chai-Spiced Chocolate Truffles

MGA INGREDIENTS:
- 200 gramo ng Coconut cream
- 2 kutsarita ng Chai Masala/ Chai Spice Powder
- 400 gramo ng Dark chocolate, sa temperatura ng kuwarto
- 2 kutsarang Cocoa powder, para sa pag-roll ng truffles

INSTRUCTIONS:
a) Sa isang maliit na kasirola, halos hindi magpainit ang cream. Idagdag ang chai spice.
b) Hayaang mag-infuse ang cream at spice sa loob ng 15 minuto. Para sa isang mas malakas na lasa, hayaan ang cream na humawa sa loob ng 30-60 minuto.
c) Ngayon ay maaari mong pilitin ang cream o gamitin ito bilang ay. Pinili kong gamitin ito nang walang pinipigilan.
d) Painitin muli ang cream sa isang hubad na mainit-init muli at idagdag sa tsokolate. Dahan-dahang haluin hanggang ang lahat ng tsokolate ay matunaw at maging makinis at makintab.
e) Ilipat sa isang mababaw na mangkok at palamigin sa loob ng 30-40 minuto.
f) Gamit ang isang maliit na cookie scoop o isang kutsara, mag-scoop ng maliliit na bola.
g) Maaari mong palamigin ang mga ito sa loob ng 10-15 minuto. Roll sa makinis na mga bola at palamigin muli sa loob ng ilang minuto.
h) Igulong ang mga truffle sa cocoa powder, ihain kaagad, at magsaya!

76.Chai Ice Cream

MGA INGREDIENTS:
- 2 star anise na bituin
- 10 buong clove
- 10 buong allspice
- 2 cinnamon sticks
- 10 buong puting paminta
- 4 na cardamom pods, binuksan sa mga buto
- ¼ cup full-bodied black tea (Ceylon o English breakfast)
- 1 tasang gatas
- 2 tasang mabigat na cream (hinati, 1 tasa at 1 tasa)
- ¾ tasa ng asukal
- Isang kurot na asin
- 6 na pula ng itlog (tingnan kung paano paghiwalayin ang mga itlog)

INSTRUCTIONS:
a) Sa isang mabigat na kasirola ilagay ang 1 tasa ng gatas, 1 tasa ng cream, at ang chai spices - star anise, cloves, allspice, cinnamon sticks, white peppercorns, at cardamom pods, at isang kurot ng asin.
b) Painitin ang timpla hanggang sa umuusok (hindi kumukulo) at mainit sa pagpindot. Ibaba ang apoy upang magpainit, takpan, at hayaang tumayo ng 1 oras.
c) Painitin muli ang timpla hanggang umuusok muli (hindi kumukulo), idagdag ang dahon ng itim na tsaa, alisin sa apoy, ihalo ang tsaa, at hayaang matarik ng 15 minuto.
d) Gumamit ng pinong mesh strainer upang salain ang tsaa at pampalasa, ibuhos ang pinaghalong cream ng infused milk sa isang hiwalay na mangkok.
e) Ibalik ang pinaghalong milk-cream sa heavy-bottomed saucepan. Idagdag ang asukal sa pinaghalong gatas-cream at init, pagpapakilos, hanggang sa ganap na matunaw ang asukal.
f) Habang ang tsaa ay nag-infuse sa nakaraang hakbang, ihanda ang natitirang 1 tasa ng cream sa isang ice bath.
g) Ibuhos ang cream sa isang medium-sized na metal na mangkok, at ilagay ito sa tubig ng yelo (na may maraming yelo) sa isang mas

malaking mangkok. Maglagay ng mesh strainer sa ibabaw ng mga mangkok. Itabi.

h) Talunin ang mga pula ng itlog sa isang medium-sized na mangkok. Dahan-dahang ibuhos ang pinaghalong cream ng pinainit na gatas sa mga pula ng itlog, patuloy na paghaluin upang ang mga pula ng itlog ay pinainit ng mainit na timpla ngunit hindi niluto nito. I-scrape ang warmed egg yolks pabalik sa kasirola.

i) Ibalik ang kasirola sa kalan, patuloy na haluin ang pinaghalong sa katamtamang init gamit ang isang kahoy na kutsara, i-scrape ang ilalim habang hinahalo mo hanggang sa lumapot ang timpla at mabalutan ang kutsara upang maitawid mo ang iyong daliri sa patong at hindi tumakbo ang patong. Maaaring tumagal ito nang humigit-kumulang 10 minuto.

j) Sa sandaling mangyari ito, ang timpla ay dapat na alisin agad mula sa init at ibuhos sa pamamagitan ng salaan sa ibabaw ng ice bath upang ihinto ang pagluluto sa susunod na hakbang.

MGA COCKTAIL AT MOCKTAIL

77. Chai Ginger Bourbon Cocktail

MGA INGREDIENTS:
- 8 ounces bourbon whisky
- 1 itim na bag ng tsaa
- 4 na onsa ng ginger beer
- ½ ounces simpleng syrup
- ½ ounces sariwang lemon juice
- 1 gitling ng orange bitters
- Cinnamon sticks para sa dekorasyon

INSTRUCTIONS:
a) Init ang bourbon sa isang maliit na kasirola sa napakababang apoy hanggang sa mainit-init; pagkatapos, alisin mula sa init.
b) Magdagdag ng isang bag ng tsaa sa mainit na bourbon at matarik ng 10 minuto. Hayaang lumamig.
c) Para gumawa ng 1 cocktail, magdagdag ng 2 ounces ng chai tea-infused whisky, ginger beer, simpleng syrup, sariwang lemon juice, at orange bitters sa cocktail shaker.
d) Takpan at iling hanggang sa maayos at lumamig.
e) Salain ang timpla sa isang 8-onsa na baso na puno ng yelo.
f) Palamutihan ng cinnamon sticks.
g) Masiyahan sa iyong Chai Ginger Bourbon Cocktail!

78. Chai Martini

MGA INGREDIENTS:
- 2 ounces vodka
- 1-onsa na pinalamig na chai concentrate
- ½ onsa na sariwang kinatas na lemon juice
- Dash ng ground cinnamon
- Ice cubes kung kinakailangan

PARA SA RIM:
- ¼ kutsarita ng giniling na kanela
- 2 kutsarita ng asukal

INSTRUCTIONS:
a) Pagsamahin ang giniling na kanela at asukal, pagkatapos ay ilagay ito sa isang maliit na ulam. Dahan-dahang kuskusin ang gilid ng isang pinalamig na baso na may kalamansi at isawsaw ito sa halo ng asukal sa kanela.
b) Punan ang isang cocktail shaker ng mga ice cube.
c) Magdagdag ng vodka, chilled chai tea concentrate, sariwang lemon juice, at isang kurot ng ground cinnamon sa shaker.
d) Iling ang pinaghalong masigla nang humigit-kumulang 30 segundo upang palamigin ang mga sangkap.
e) Ibuhos ang timpla sa isang martini glass.
f) Tapusin sa pamamagitan ng pagpapalamuti ng isang cinnamon stick at ihain kaagad."

79. Chai White Russian

MGA INGREDIENTS:
- 2 tasang Chai Liqueur
- 2 tasa ng vodka
- 2 tasang mabigat na cream

INSTRUCTIONS:
a) Ihanda ang Chai Liqueur.
b) Sa isang lumang baso na puno ng yelo, pagsamahin ang pantay na bahagi ng vodka at Chai Liqueur.
c) Tapusin sa pamamagitan ng paglalagay nito ng pantay na dami ng mabigat na cream.

80. Vanilla Chai Old Fashioned

MGA INGREDIENTS:
- 2 onsa Crown Royal Vanilla
- 1 ounces lemon juice
- 1 gitling ng orange bitters
- 1-2 ounces ng chai tea syrup
- Sparkling water, para sa topping
- Cinnamon at star anise, para sa dekorasyon

INSTRUCTIONS:
a) Sa cocktail shaker, pagsamahin ang Crown Royal Vanilla, lemon juice, orange bitters, at chai syrup. Iling mabuti upang timpla ang mga lasa.
b) Salain ang timpla sa isang baso.
c) Kung ninanais, lagyan ito ng sparkling na tubig.
d) Palamutihan ang iyong inumin ng isang sprinkle ng cinnamon at star anise para sa dagdag na katangian ng kagandahan.

81. Chai Hot Toddy Recipe

MGA INGREDIENTS:
- 3 tasang tubig
- 1 cinnamon stick
- 6 buong clove
- 6 na cardamom pod, bahagyang durog
- 2 chai tea bag
- ¼ tasa ng spiced rum o bourbon
- 2 kutsarang pulot
- 1 kutsarang sariwang kinatas na lemon juice o 2 lemon wedges

INSTRUCTIONS:
a) Sa isang medium saucepan, pagsamahin ang tubig, cinnamon sticks, cloves, at bahagyang dinurog na cardamom pods. Kung mayroon kang isang tea infuser, maaari mong ilagay ang mga pampalasa dito upang maiwasan ang pagsala sa ibang pagkakataon. Dalhin ang timpla sa isang kumulo.
b) Alisin ang kasirola mula sa apoy at idagdag ang chai tea bags. Takpan at hayaang matarik sa loob ng 15 minuto. Pagkatapos, salain ang timpla sa pamamagitan ng isang fine-mesh na salaan upang alisin ang mga tea bag at pampalasa.
c) Ibalik ang spiced tea sa kawali at magpainit muli hanggang mainit.
d) Haluin ang spiced rum (o bourbon), honey, at lemon juice kung gusto mo. Haluing mabuti.
e) Hatiin ang mainit na toddy sa pagitan ng dalawang warmed mug at ihain kaagad. Bilang kahalili, ihain ang bawat mug na may lemon wedge para sa pagpiga sa juice ayon sa panlasa. Enjoy!

82. Cranberry Chai Sangria

MGA INGREDIENTS:
- 1 ½ tasa ng cranberry juice
- 2 chai tea bag
- 1 bote ng pinot noir
- 1 tasang citrus-flavored seltzer
- ½ tasang brandy ng luya
- 2 mansanas, hiniwa ng manipis
- 2 dalandan, hiniwa ng manipis
- 1 peras, hiniwa ng manipis
- 1 tasang sariwang cranberry
- 1 cinnamon stick, dagdag pa para sa dekorasyon

INSTRUCTIONS:

a) Init ang cranberry juice sa isang kasirola sa mahinang apoy hanggang sa halos kumulo na ito. Alisin sa init at idagdag ang chai tea bags. Hayaang matarik ang mga ito sa loob ng 15 minuto. Tikman upang suriin kung ito ay sapat na pinalasang chai; maaari mong ulitin ang proseso gamit ang isang bagong bag ng tsaa kung ninanais.

b) Sa isang pitsel, pagsamahin ang hiniwang mansanas, peras, cranberry, at mga hiwa ng orange. Magdagdag ng isang cinnamon stick.

c) Ibuhos ang steeped chai cranberry juice, pinot noir, citrus-flavored seltzer, at ginger brandy. Haluing mabuti para pagsamahin.

d) Kung ninanais, hayaang umupo ang sangria sa loob ng 30 minuto upang payagang maghalo ang mga lasa.

e) Upang ihain, punan ang isang baso ng mga hiwa ng yelo at orange. Ibuhos ang chai sangria sa ibabaw at palamutihan ng ilan sa mga prutas at isang pares ng cinnamon sticks. Enjoy!

83. Chai Sparkler

MGA INGREDIENTS:
- 8 ounces ng Masala Chai Concentrate
- 8 onsa ng sparkling na mineral na tubig
- Isang pisil ng kalamansi

INSTRUCTIONS:
a) Punan ang isang baso ng yelo.
b) Magdagdag ng Masala Chai Concentrate sa baso.
c) Ibuhos sa sparkling na mineral na tubig.
d) Pigain ng kalamansi ang pinaghalong.
e) Haluin ang mga sangkap upang isama.
f) Palamutihan ng balat ng kalamansi o hiwa.
g) I-enjoy ang iyong nakakapreskong Chai Sparkler!

84.Chai Raspberry Lemonade

MGA INGREDIENTS:
- ¾ tasa ng yelo
- 1 onsa ng Lemonade Concentrate, 7+1, natunaw
- 1 onsa ng Raspberry Syrup
- 2 onsa Orihinal na Chai Tea Latte
- 6 ounces Lemon-Lime Soda
- 2 sariwang Red Raspberry
- 1 hiwa ng Lemon, pinutol at hiniwa

INSTRUCTIONS:
a) Hugasan ang iyong mga kamay at lahat ng sariwa, hindi nakabalot na ani sa ilalim ng tubig na umaagos. Patuyuin ng mabuti.
b) Maglagay ng yelo sa isang 16-onsa na baso ng inumin.
c) Ibuhos ang lemonade concentrate, raspberry syrup, chai tea concentrate, at lemon-lime soda sa ibabaw ng yelo, at ihalo nang maigi gamit ang isang mahabang hawak na kutsarang bar.
d) Tuhogi ang mga raspberry o kunin ang mga ito.
e) Hatiin sa kalahati ang hiniwang lemon.
f) Ilagay ang hiniwang lemon at raspberry skewer sa gilid ng baso.
g) Masiyahan sa iyong Chai Raspberry Lemonade!

85. Chai Cooler

MGA INGREDIENTS:
- ¾ tasa ng chai, pinalamig
- ¾ tasa vanilla soy milk, pinalamig
- 2 tablespoons frozen apple juice concentrate, lasaw
- ½ saging, hiniwa at nagyelo

INSTRUCTIONS:
a) Sa isang blender, pagsamahin ang chai, soy milk, apple juice concentrate, at saging.
b) Haluin hanggang makinis at mag-atas.
c) Ihain kaagad.

86. Persian Saffron At Rose Tea

MGA INGREDIENTS:
- ½ kutsarita na mga hibla ng safron, dagdag pa para palamuti
- 1½ ounces pink rose petals, dagdag pa para palamuti
- 4 na pirasong star anise, kasama ang dagdag para palamuti
- 4 na berdeng cardamom pod, bahagyang dinurog
- 4 kutsarita ng pulot
- 2 kutsarita ng lemon juice

INSTRUCTIONS:
a) Sa isang kasirola, pakuluan ang saffron strands, rose petals, star anise, at cardamom pod na may 5 tasa ng tubig.
b) Salain sa 6 na baso. Haluin ang 1 kutsarita ng pulot at ½ kutsarita ng lemon juice sa bawat baso.
c) Palamutihan ng ilang saffron strands, rose petals, at star anise, at ihain habang mainit.

87.Spicy Baklava Tea Mocktail

MGA INGREDIENTS:
- 1 tasa ng malakas na brewed chamomile tea, pinalamig
- 1 kutsarang pulot o simpleng syrup (adjust sa panlasa)
- ¼ kutsarita ng giniling na kanela
- ¼ kutsarita vanilla extract
- 2 kutsarang tinadtad na pistachios (para sa dekorasyon)
- Durog na yelo
- Lemon wedge (para sa rimming ng salamin)
- Tinadtad na mga walnut (para sa dekorasyon)

INSTRUCTIONS:
a) Mag-brew ng isang tasa ng chamomile tea at hayaan itong palamigin sa refrigerator.
b) Sa isang mababaw na ulam, paghaluin ang isang maliit na halaga ng giniling na kanela at asukal. I-rim ang baso gamit ang isang lemon wedge, pagkatapos ay isawsaw ito sa pinaghalong cinnamon-sugar para mabalot ang gilid.
c) Punan ang baso ng durog na yelo.
d) Sa isang shaker, pagsamahin ang pinalamig na chamomile tea, honey o simpleng syrup, ground cinnamon, at vanilla extract. Iling mabuti para pagsamahin.
e) Salain ang timpla sa inihandang baso sa ibabaw ng durog na yelo.
f) Palamutihan ang mocktail ng tinadtad na pistachios at isang pagwiwisik ng tinadtad na mga walnut sa itaas.
g) Opsyonal, maaari kang magdagdag ng lemon twist para sa dagdag na pagsabog ng lasa.
h) Haluin nang malumanay bago humigop at tamasahin ang Baklava Bliss Mocktail!

88. Pink Peppercorn Tea

MGA INGREDIENTS:
- 1 kutsarang pink peppercorns, durog
- 3½ onsa ng asukal
- 4 na kutsarita ng dahon ng tsaa ng Darjeeling
- 8 sanga ng sariwang dahon ng mint

INSTRUCTIONS:
a) Sa isang kasirola, pagsamahin ang mga peppercorn sa asukal at 4 na onsa ng tubig.
b) Kumulo ng 6 minuto.
c) Salain ang pinaghalong sa isa pang kasirola, magdagdag ng 4 na tasa ng tubig, at pakuluan.
d) Idagdag ang mga dahon ng tsaa at dahon ng mint, at magluto ng 1 minuto.
e) Salain ang tsaa sa 4 na tasa.

89. Lime At Tea Mocktail

MGA INGREDIENTS:
- 2 tasa ng malakas na brewed black tea, pinalamig
- ¼ tasa sariwang lime juice
- 2 kutsarang pulot
- ½ kutsarita gadgad na kalamansi na balat
- ¼ kutsarita ng ground cardamom
- Yelo
- Club soda
- Mga hiwa ng dayap para sa dekorasyon

INSTRUCTIONS:
a) Sa isang pitsel, pagsamahin ang pinalamig na brewed black tea, sariwang lime juice, honey, lime zest, at ground cardamom.
b) Haluing mabuti hanggang ang pulot ay ganap na matunaw, at ang mga lasa ay na-infuse.
c) Punan ang mga baso ng mga ice cube at ibuhos ang pinaghalong tea-lime sa ibabaw ng yelo, na nag-iiwan ng kaunting espasyo sa itaas.
d) Ibabaw ang bawat baso na may club soda para sa bubbly finish.
e) Palamutihan ng mga hiwa ng kalamansi para sa isang makulay na pagtatanghal.
f) Bigyan ito ng banayad na haluin upang timpla ang mga lasa.
g) Tangkilikin ang Arabian Lime at Tea Mocktail bilang isang revitalizing treat.

90.Spiced Chai Tango

MGA INGREDIENTS:
- 2 tasang malakas na brewed chai tea
- ½ kutsarita ng giniling na luya
- ¼ kutsarita ng ground cardamom
- ¼ kutsarita ng giniling na kanela
- 2 kutsarang pulot
- Yelo
- Mga hiwa ng lemon para sa dekorasyon

INSTRUCTIONS:
a) Brew chai tea, ginagawa itong malakas.
b) Sa isang mangkok, paghaluin ang brewed chai tea na may ground ginger, ground cardamom, ground cinnamon, at honey.
c) Haluing mabuti hanggang ang mga pampalasa ay ganap na maisama.
d) Punan ang mga baso ng mga ice cube.
e) Ibuhos ang spiced chai mixture sa yelo.
f) Palamutihan ng mga hiwa ng lemon.

91.Orange at Pomegranate Molasses Tea

MGA INGREDIENTS:
- 100 ML sariwang orange juice
- 200 ML ng soda na tubig
- ½ kutsarang pulot ng granada
- Bagong brewed iced tea (opsyonal)
- Ice cube (opsyonal)

INSTRUCTIONS:
a) Sa isang baso, ibuhos ang sariwang orange juice at molasses ng granada.
b) Kung ninanais, magdagdag ng isang dash ng sariwang brewed iced tea para sa dagdag na layer ng lasa.
c) Haluin ang mga sangkap upang timpla ang mga lasa.
d) Kung mayroon kang ice cubes, magdagdag ng ilan upang mapahusay ang chill factor.
e) Inumin ang iyong Orange at Pomegranate Molasses Iced Tea Mocktail sa pamamagitan ng straw at tikman ang malamig at makulay na lasa.
f) Tangkilikin ang pagiging simple ng nakakapreskong inumin na ito—perpekto para sa isang mainit na araw ng tag-araw!

92.Chamomile Citrus Bliss

MGA INGREDIENTS:
- 2 tasang brewed chamomile tea, pinalamig
- ½ tasa ng orange juice
- 1 kutsarang pulot
- Manipis na hiwa ng orange para sa dekorasyon
- Yelo
- Mga sariwang chamomile na bulaklak para sa dekorasyon (opsyonal)
- Opsyonal: Cinnamon stick

INSTRUCTIONS:
a) Sa isang mangkok ng paghahalo, pagsamahin ang pinalamig na chamomile tea, orange juice, at honey, ihalo hanggang maihalo nang mabuti.
b) Punan ang dalawang baso ng ice cubes at ibuhos ang Chamomile Citrus Serenity sa ibabaw ng yelo.
c) Kung ninanais, magdagdag ng isang opsyonal na cinnamon stick para sa isang pahiwatig ng init at pampalasa.
d) Palamutihan ang bawat baso ng manipis na hiwa ng orange at, kung magagamit, mga sariwang bulaklak ng chamomile para sa isang kasiya-siyang presentasyon.
e) Haluin nang dahan-dahan at sarap sa nakapapawing pagod na kumbinasyon ng chamomile at citrus sa Chamomile Citrus Serenity na ito.

93. Hibiscus-Ginger On The Rocks

MGA INGREDIENTS:
- 1½ ounces pinatuyong hibiscus, o rose-hip, mga bulaklak
- 2 clove
- 1 kutsarita ng brown sugar
- 1 kutsarita dahon ng green tea
- 2 kutsarita sariwang orange zest
- 2 piraso ng sariwang luya, pinong gadgad
- yelo

INSTRUCTIONS:
a) Sa isang palayok o kasirola, pagsamahin ang mga bulaklak ng hibiscus, cloves, at brown sugar sa 1 quart ng tubig at pakuluan sa katamtamang init.
b) Pakuluan ng 5 minuto hanggang matunaw ang asukal.
c) Idagdag ang mga dahon ng tsaa, orange zest, at luya.
d) Alisin ang init at hayaang lumamig ang tsaa. Salain at palamigin hanggang lumamig.
e) Ibuhos ang pinalamig na tsaa sa 4 na baso at ihain sa ibabaw ng yelo.

94. Hibiscus-grape iced tea Mocktail

MGA INGREDIENTS:
- 1 tasang puting katas ng ubas
- 1 tasang hibiscus tea
- Yelo
- ½ tasa ng carbonated na tubig
- Mga hiwa ng orange para sa dekorasyon

INSTRUCTIONS:
a) Haluin ang puting katas ng ubas sa hibiscus tea hanggang sa maayos na pinagsama.
b) Ibuhos ang halo sa yelo sa 2 malalaking baso.
c) Ibuhos ang carbonated na tubig sa bawat baso upang magdagdag ng mabula na elemento sa mocktail.
d) Palamutihan ang bawat baso ng mga hiwa ng sariwang orange.
e) Haluin nang malumanay bago humigop, at tamasahin ang makulay na lasa nitong Hibiscus-Grape Iced Tea Mocktail.

95. Orange Blossom Iced Tea

MGA INGREDIENTS:
- 4 na itim na bag ng tsaa
- 4 tasang mainit na tubig
- ¼ tasa ng orange blossom na tubig
- Asukal o pulot (adjust sa panlasa)
- Yelo
- Mga hiwa ng orange para sa dekorasyon

INSTRUCTIONS:
a) Ilagay ang mga itim na bag ng tsaa sa mainit na tubig nang mga 3-5 minuto.
b) Magdagdag ng orange blossom water at patamisin ng asukal o pulot.
c) Haluing mabuti at hayaang lumamig ang tsaa, pagkatapos ay palamigin.
d) Ihain sa ibabaw ng ice cubes, pinalamutian ng mga hiwa ng orange.

96.Jasmin Jallab

MGA INGREDIENTS:
- 6 na kutsarang date syrup (silan o date honey)
- 6 na kutsarang grape molasses
- 6 na kutsarang granada syrup (o grenadine)
- 3 kutsarita ng rosas na tubig
- Durog na yelo
- 3 tablespoons pine nuts (raw), para sa paghahatid
- 3 kutsarang gintong pasas, para sa paghahatid
- 1 teabag ng Jasmine tea

INSTRUCTIONS:
a) Sa isang carafe, paghaluin ang date syrup, grape molasses, pomegranate syrup, at rose water.
b) Magdagdag ng malamig na tubig sa pinaghalong at ihalo nang lubusan upang pagsamahin.
c) Maglagay ng teabag ng Jasmine tea sa pinaghalong at payagan itong mag-infuse.
d) Punan ang mga indibidwal na baso ng dinurog na yelo.
e) Ibuhos ang halo ng Jallab sa yelo sa bawat baso.
f) Itaas ang bawat baso na may mga hilaw na pine nuts.
g) Opsyonal, i-rehydrate ang mga ginintuang pasas sa pamamagitan ng paglalagay ng mga ito sa isang maliit na mangkok na may Jasmine tea bag. Ibuhos ang tubig na kumukulo at hayaang umupo ng 5-10 minuto. Alisan ng tubig at itaas ang iyong Jallab na inumin ng mga pasas.
h) Ihain kaagad at tamasahin ang mga tunay na lasa ng Jallab, isang tunay na lasa ng Levantine hospitality. Cheers!

97. Egyptian Bedouin Tea Refresher

MGA INGREDIENTS:
- 4 na kutsarita ng Bedouin tea (o pinatuyong thyme o pinatuyong sage)
- 4 na kutsarita na pinatuyong organic rosebuds
- 1 cinnamon stick
- 4 na kutsarita ng maluwag na itim na tsaa (regular o decaffeinated)
- Asukal, kung ninanais
- Mga hiwa ng lemon para sa dekorasyon (opsyonal)

INSTRUCTIONS:
a) Sa isang teapot o kasirola, magpainit ng 4½ tasang tubig, Bedouin tea, tuyong rosebuds, cinnamon stick, at maluwag na black tea sa sobrang init.
b) Kapag kumulo na ang tubig, bawasan ang apoy sa mahina at kumulo ng 5 minuto.
c) Patayin ang apoy at pakuluan ang tsaa, na natatakpan, para sa karagdagang 5 minuto.
d) Salain ang tsaa sa mga tasa, na nagpapahintulot sa mabangong timpla na mapuno ang hangin.
e) Patamisin na may asukal, kung ninanais, i-adjust sa gusto mong antas ng tamis.
f) Palamutihan ang bawat baso ng isang slice ng lemon
g) Para sa isang nakakapreskong twist, hayaang lumamig ang tsaa at ihain sa ibabaw ng yelo.

98. Vimto-inspired Tea Mocktail

MGA INGREDIENTS:
- 2 tasa ng malakas na Arabic black tea, brewed
- ½ tasa ng Vimto concentrate (adjust sa panlasa)
- 1 kutsarang pulot o asukal (adjust sa panlasa)
- ¼ kutsarita ng giniling na kanela
- Yelo
- Mga sariwang berry (tulad ng mga blackberry, at raspberry) para sa dekorasyon
- Mga dahon ng mint para sa dekorasyon

INSTRUCTIONS:
a) Maghanda ng isang malakas na tasa ng Arabic black tea. Maaari kang gumamit ng maluwag na dahon ng tsaa o mga bag ng tsaa ayon sa iyong kagustuhan.
b) Sa isang pitcher, pagsamahin ang brewed black tea na may Vimto concentrate, honey o asukal, at ground cinnamon.
c) Haluing mabuti upang matiyak na ang pangpatamis ay ganap na natunaw.
d) Hayaang lumamig ang timpla sa temperatura ng silid at pagkatapos ay palamigin nang hindi bababa sa isang oras upang palamig at hayaang maghalo ang mga lasa.
e) Punan ang mga baso ng paghahatid ng mga ice cube.
f) Ibuhos ang Vimto-inspired tea mocktail sa ibabaw ng yelo sa bawat baso.
g) Magdagdag ng isang dakot ng sariwang berries sa bawat baso para sa isang pagsabog ng fruity goodness.
h) Palamutihan ng mga dahon ng mint para sa isang nakakapreskong aroma.
i) Haluin nang malumanay upang paghaluin ang mga lasa at matiyak ang pantay na pamamahagi ng kabutihan ng Vimto.

99. Arabic Style Saffron Mint Tea

MGA INGREDIENTS:
- Isang dakot ng sariwang dahon ng mint
- Ilang hibla ng safron
- 360-480 ml ng tubig
- Asukal o pulot (opsyonal, ayon sa panlasa)

INSTRUCTIONS:
a) Ilagay ang sariwang dahon ng mint at safron sa isang palayok o tsarera.
b) Pakuluan ang tubig nang hiwalay at magdagdag ng 120 ML ng mainit na tubig sa palayok na may mint at safron. Isara ang kaldero at hayaan itong matarik ng mga 10 minuto.
c) Sa sandaling matuyo, idagdag ang natitirang mainit na tubig sa kawali.
d) Ibuhos ang tsaa nang direkta sa mga baso o tasa. Opsyonal, maaari mo itong pilitin para sa mas makinis na texture.
e) Magdagdag ng pulot o asukal ayon sa iyong mga kagustuhan sa panlasa. Haluing mabuti para matunaw.
f) Kung gumagawa ka ng isang indibidwal na tasa, maaari mong pasimplehin ang proseso sa pamamagitan ng direktang pagbuhos ng mainit na tubig sa tasa na may mint at saffron.

100.Tibetan Butter Tea na may haras

MGA INGREDIENTS:
- 3 kutsarang dahon ng itim na tsaa
- 1 kutsarang buto ng haras
- 8 ounces buong gatas na asin, sa panlasa
- 8 ounces unsalted butter

INSTRUCTIONS:
a) Pakuluan ang 6½ tasa ng tubig sa isang kasirola.
b) Idagdag ang mga dahon ng tsaa at mga buto ng haras at kumulo ng 15 minuto.
c) Idagdag ang gatas at pakuluan muli.
d) Alisin, at pakuluan ng 2 minuto.
e) Salain ang tsaa sa isang malaking lalagyan, idagdag ang asin at mantikilya, at haluing mabuti.

KONGKLUSYON

Habang tinatapos namin ang aming mabangong paglalakbay sa "ANG KUMPLETO NA AKLAT NI CHAI," umaasa kaming naranasan mo na ang kagalakan ng paggawa, pagtikim, at pagtanggap sa pamumuhay ng chai. Ang bawat recipe sa loob ng mga page na ito ay isang pagdiriwang ng iba't ibang lasa, kultural na tradisyon, at versatility na hatid ng chai sa iyong tasa—isang testamento sa mga kasiya-siyang posibilidad na inaalok ng maanghang na inuming ito.

Natikman mo man ang pagiging simple ng isang klasikong masala chai, tinanggap ang mga malikhaing dessert na may chai-infused, o nag-eksperimento sa masasarap na pagkaing hango sa chai, nagtitiwala kami na ang mga recipe na ito ay nagpasiklab sa iyong pagkahilig sa pamumuhay ng chai. Higit pa sa tsarera at pampalasa, nawa'y ang konsepto ng pagyakap sa pamumuhay ng chai ay maging mapagkukunan ng pagpapahinga, koneksyon, at pagdiriwang ng kagalakan na dulot ng bawat paghigop.

Habang patuloy mong ginalugad ang mundo ng chai, nawa'y ang "ANG KUMPLETO NA AKLAT NI CHAI" ang maging iyong pinagkakatiwalaang kasama, na gagabay sa iyo sa iba't ibang mga recipe na nagpapakita ng kayamanan at kakayahang magamit ng minamahal na inuming ito. Narito ang pagtikim sa nakakaaliw na init ng chai, paggawa ng mga kasiya-siyang likha, at pagyakap sa pamumuhay ng chai sa bawat mabangong sandali. Chai cheers!

www.ingramcontent.com/pod-product-compliance
Lightning Source LLC
Chambersburg PA
CBHW071317110526
44591CB00010B/923